Nghệ th

4/2018

PHÉP MÀU THAY ĐỔI CUỘC SỐNG

Nhà xuất bản Lao động

175 Giảng Võ - Đống Đa - Hà Nội

Tel: (024) 3851 5380

Fax: (024) 851 5381

Website: www.nxblaodong.com.vn

Công ty Cổ phần Sách Thái Hà

119 C5 Tô Hiệu - Cầu Giấy - Hà Nội

Tel: (024) 3793 0480

Fax: (024) 6287 3238

Website: www.thaihabooks.com

Chịu trách nhiệm xuất bản:

Giám đốc - Tổng biên tập Võ Thị Kim Thanh

Biên tập: Lê Thị Hằng

Sửa bản in: Bùi Thu Hà

Trình bày: Đàm Oanh

Thiết kế bìa: Cẩm Châu

JJINSEI GA TOKIMEKU KATAZUKE NO MAHO by Marie Kondo.

Biên mục trên xuất bản phẩm của Thư viện Quốc gia Việt Nam

Marie Kondo

Nghệ thuật bài trí của người Nhật - Phép màu thay đổi cuộc sống / Marie Kondo ; Thanh Minh dịch. - Tái bản lần 6. - H. : Lao động ; Công ty Sách Thái Hà, 2017. - 262tr. ; 21cm. - (Tủ sách V - Smile)

Tên sách tiếng Anh: The life - changing magic of tidying up : The Japanese art of decluttering and organizing

ISBN 9786045975657

1. Nghệ thuật bài trí 2. Gia đình 3. Nhật Bản

648 - dc23

LDF0092p-CIP

In 1.500 cuốn, khổ 13 x 20,5 cm. In tại Công ty Cổ phần In - TM Prima, địa chỉ: Số 35 ngõ 93 Hoàng Quốc Việt, Cầu Giấy, Hà Nội. Số đăng ký KHXB: 265-2017/CXBIPH/56-20/LĐ. Quyết định xuất bản số: 1121/QĐ-NXBLĐ cấp ngày 04/10/2017. In xong và nộp lưu chiểu năm 2017.

Nghệ thuật bài trí của người Nhật

Phép màu thay đổi cuộc sống

Marie **Kondo**

Thanh Minh *dịch*

Tái bản lần 6

NHÀ XUẤT BẢN
LAO ĐỘNG

THAIHABOOKS
Phụng sự để dẫn đầu

Mục lục

Lời nói đầu

Bạn đã từng dọn nhà đến phát điên, chỉ để nhận ra rằng chẳng bao lâu sau ngôi nhà hoặc nơi làm việc của mình lại bừa bộn như cũ? Nếu đúng như vậy, hãy để tôi chia sẻ với bạn bí quyết để chấm dứt việc đó. Trong cuốn sách này, tôi trình bày cách dọn dẹp không gian theo một cách sẽ vĩnh viễn thay đổi cuộc sống của bạn. Bạn nghĩ điều này là không thể? Đó là phản ứng thông thường của mọi người và không có gì ngạc nhiên, nếu xét đến chuyện hầu hết mọi người đều từng trải qua "hiệu ứng phục hồi nguyên trạng" ít nhất một lần, nếu không nói là nhiều lần, sau khi dọn nhà.

Phương pháp KonMari là một cách đơn giản, thông minh và hiệu quả để vĩnh viễn xóa bỏ sự bừa bộn. Hãy bắt đầu bằng việc loại bỏ. Sau đó sắp xếp không gian của bạn, kỹ càng, hoàn chỉnh, trong một lần. Nếu chấp nhận chiến lược này, bạn sẽ không bao giờ phải trở lại tình trạng bừa bộn nữa.

Mặc dù cách tiếp cận này đi ngược lại với hiểu biết thông thường, tất cả những người từng áp dụng Phương pháp KonMari đều thành công trong việc giữ cho ngôi nhà của mình ngăn nắp. Việc sắp xếp nhà cửa có tác động đến tất cả những phương diện khác của cuộc sống – trong đó có công việc và gia đình. Với việc dành tới hơn 80% thời gian trong cuộc đời cho chủ đề này, tôi biết việc dọn dẹp nhà cửa cũng có thể thay đổi cuộc sống của bạn.

Chuyện này nghe có quá ảo tưởng không? Nếu bạn nghĩ rằng dọn nhà chỉ là bỏ đi một thứ không cần thiết hay thi thoảng dọn lại phòng một chút thì đúng là nó sẽ không có mấy tác động. Tuy nhiên, nếu bạn thay đổi cách tiếp cận, việc dọn dẹp nhà cửa có thể có tác động vô cùng lớn.

Tôi bắt đầu đọc các tạp chí dành cho các bà nội trợ từ khi mới lên 5 tuổi và chính việc đó đã truyền cảm hứng cho tôi, từ năm 15 tuổi, tôi đã tiến hành nghiên cứu nghiêm túc về việc dọn dẹp và sắp xếp nhà cửa, Phương pháp KonMari được hình thành từ đó (KonMari là biệt danh, được ghép từ tên và họ của tôi). Giờ tôi là một chuyên gia tư vấn về dọn dẹp và dành hầu hết thời gian để ghé thăm các ngôi nhà và trụ sở làm việc, đưa ra những lời khuyên thực tế cho những người gặp khó khăn khi dọn dẹp, hoặc dọn dẹp mà gặp phải vấn đề trở lại trạng thái cũ, hoặc muốn sắp xếp mọi thứ gọn gàng mà không biết bắt đầu từ đâu.

Số lượng những thứ mà các khách hàng của tôi đã vứt bỏ, từ quần áo và đồ lót cho tới các bức ảnh, bút viết, các mẫu cắt ra từ tạp chí và các mẫu mỹ phẩm trang điểm là không kể xiết. Tôi không hề phóng đại. Tôi từng giúp đỡ những khách hàng bỏ đi tới 200 túi rác loại 45 lít trong một lần dọn dẹp.

Từ những gì tôi đã khám phá được về nghệ thuật sắp xếp và vô vàn kinh nghiệm có được nhờ giúp đỡ những người bừa bộn trở nên gọn gàng, tôi có thể tự tin nói rằng: Việc sắp xếp lại nhà cửa thật ấn tượng sẽ tạo ra những thay đổi ấn tượng tương ứng trong phong cách sống và quan điểm của bạn. Đó là vấn đề mang tính thay đổi cuộc đời. Ý tôi là vậy. Dưới đây là một vài lời xác nhận mà tôi nhận được hàng ngày từ các khách hàng của mình:

"Sau khóa học của chị, tôi đã nghỉ việc và tự bắt đầu một công việc mà tôi luôn mơ ước từ khi còn nhỏ."

———

"Khóa học của chị đã dạy tôi thấy được điều gì mình thực sự cần và điều gì không. Vậy nên tôi đã li dị. Giờ đây, tôi cảm thấy hạnh phúc hơn nhiều."

———

"Người mà tôi luôn muốn họ liên lạc với tôi mới đây đã liên hệ với tôi rồi."

———

"Tôi rất vui khi báo với chị rằng từ khi dọn sạch căn hộ của mình, việc bán hàng của tôi thật sự được cải thiện rất nhiều."

———

"Vợ chồng tôi hòa hợp với nhau hơn nhiều rồi."

———

"Tôi rất ngạc nhiên khi phát hiện ra rằng chỉ nội việc vứt bỏ bớt các thứ đi lại có thể thay đổi cuộc sống của tôi nhiều đến thế."

———

"Cuối cùng tôi cũng giảm được 3 kg."

Khách hàng của tôi dường như luôn hạnh phúc và rõ ràng việc dọn dẹp nhà cửa đã thay đổi cách suy nghĩ và tiếp cận cuộc sống của họ. Trên thực tế, nó đã thay đổi tương lai của họ. Tại sao lại như vậy? Vấn đề này sẽ được nhắc đến chi tiết trong phần sau của cuốn sách, nhưng về cơ bản, khi bạn giữ nhà cửa gọn gàng, bạn cũng giữ cho mọi việc và quá khứ của bạn "gọn gàng". Kết quả là bạn có thể thấy khá rõ ràng rằng bạn cần và không cần điều gì, bạn nên và không nên làm gì trong cuộc sống.

Hiện tại tôi đang cung cấp một khóa học cho các khách hàng tại nhà và cho các chủ công ty tại nơi làm việc của họ. Tất cả những bài học đều rất riêng tư, chỉ có tôi và khách hàng, và tôi lúc nào cũng đông khách. Giờ tôi có danh sách khách hàng chờ trong ba tháng và ngày nào tôi cũng nhận được câu hỏi của những người được các khách hàng cũ giới thiệu hoặc họ đã nghe được về khóa học của tôi từ người khác. Tôi đi khắp Nhật Bản và đôi khi ra cả nước ngoài. Vé cho một trong các buổi nói chuyện cho các bà nội trợ và các bà mẹ bán hết chỉ sau một đêm. Còn có cả một danh sách chờ nối tiếp vào danh sách chờ hiện tại. Thế nhưng tỉ lệ khách hàng lặp lại của tôi là con số không. Xét từ quan điểm kinh doanh, điều này dường như là một sai lầm tai hại. Nhưng liệu việc khách hàng không phải quay lại thực chất lại là bí quyết để phổ biến phương pháp của tôi thì sao?

Như tôi đã nói ban đầu, những người sử dụng Phương pháp KonMari không bao giờ rơi vào tình trạng bừa bãi nữa. Vì có thể giữ không gian của mình gọn gàng nên họ cũng không cần phải quay lại để học thêm. Tôi thường xuyên kiểm tra những người hoàn thành các khóa học của tôi xem tình trạng của họ thế nào. Trong hầu hết các trường hợp, không chỉ ngôi nhà hay nơi làm việc của họ vẫn gọn gàng ngăn nắp mà họ còn đang tiếp tục cải thiện không gian của mình. Có một điều rõ ràng trong những bức ảnh mà họ gửi cho tôi đó là, họ có ít đồ dùng cá nhân hơn so với khi họ hoàn thành khóa học, họ cũng có rèm cửa và đồ đạc mới. Xung quanh họ chỉ có những thứ mà họ yêu thích.

Tại sao khóa học của tôi có thể thay đổi mọi người? Bởi vì cách tiếp cận của tôi không chỉ là một kỹ năng. Hoạt động dọn dẹp là một chuỗi những hành động đơn giản mà trong đó đồ vật được di chuyển từ nơi này sang nơi khác. Nó bao gồm cả việc bỏ bớt đồ dùng đi. Nghe có vẻ đơn giản đến mức một đứa trẻ sáu tuổi cũng có thể làm được. Thế nhưng phần lớn mọi người đều không làm được. Nguyên nhân không phải vì họ thiếu kỹ năng mà phần nhiều là vì họ thiếu nhận thức và không có khả năng dọn dẹp hiệu quả. Nói cách khác, gốc rễ của vấn đề nằm ở sự chú ý. 90% thành công phụ thuộc vào tư duy của chúng ta. Trừ một số ít những người may mắn sinh ra đã có kỹ năng sắp xếp gọn gàng, còn chúng ta nếu không chú tâm vào vấn đề này thì tình trạng trở lại trạng thái cũ là điều tất yếu cho dù chúng ta có vứt bỏ bao nhiêu đồ dùng và sắp xếp mọi thứ thông minh đến đâu đi chăng nữa.

Vậy làm thế nào để tư duy đúng cách? Chỉ có một cách, rất ngược đời, đó là có được kỹ năng chuẩn xác.

Hãy nhớ rằng: Phương pháp KonMari mà tôi miêu tả trong cuốn sách này không chỉ là một bộ quy tắc về việc phân loại, sắp xếp và bỏ bớt đồ dùng. Nó còn là chỉ dẫn để có được tư duy đúng đắn về việc tạo ra trật tự và trở thành một người ngăn nắp.

Tất nhiên, không phải tất cả các học viên của tôi đều hoàn thiện nghệ thuật dọn dẹp nhà cửa. Không may là có một vài người phải dừng lại vì lý do này hay lý do khác trước khi hoàn thành khóa học. Và có người dừng lại vì họ trông đợi tôi sẽ làm công việc đó cho họ. Với tư cách là một chuyên gia và là người sùng bái nghệ thuật sắp xếp, tôi có thể nói ngay với bạn rằng dù tôi có nỗ lực sắp xếp không gian của người khác đến đâu, tôi có đặt ra một kế hoạch hoàn hảo như thế nào, thì tôi cũng không thể sắp xếp ngăn nắp ngôi nhà của người khác theo đúng nghĩa của thuật ngữ này. Tại sao lại thế? Bởi vì nhận thức và quan điểm của một người về phong cách sống của riêng mình quan trọng hơn bất kì kỹ năng phân loại, xếp dọn hay kỹ năng nào khác. Sự ngăn nắp phụ thuộc vào những giá trị rất cá nhân về việc một người muốn sống như thế nào.

Phần lớn mọi người đều thích sống trong một không gian sạch sẽ và ngăn nắp. Bất kì ai từng cố gắng sắp xếp nhà cửa gọn gàng, dù chỉ một lần, sẽ đều muốn giữ nhà mình ngăn nắp như thế. Nhưng nhiều người không tin rằng mình có thể làm được điều đó. Họ thử rất nhiều phương pháp dọn dẹp khác nhau chỉ để phát hiện ra mọi thứ sẽ sớm trở lại như thường. Tuy nhiên, tôi hoàn toàn tin tưởng rằng mọi người đều có thể giữ cho không gian của mình được ngăn nắp.

Để làm được điều này, bạn cần xem xét thật thấu đáo thói quen và quan niệm của mình về việc dọn dẹp và sắp xếp nhà cửa. Điều này có vẻ sẽ tốn rất nhiều công sức, nhưng đừng lo. Khi đọc xong cuốn sách này, bạn sẽ sẵn sàng và tràn đầy quyết tâm. Mọi người thường nói với tôi rằng: "Tôi sinh ra đã không có khả năng sắp xếp gọn gàng. Tôi không làm được đâu", hoặc "Tôi không có thời gian" nhưng tình trạng bừa bãi không có tính di truyền và cũng không liên quan đến chuyện thiếu thời gian mà là do những suy nghĩ sai lầm về việc sắp xếp và dọn dẹp nhà cửa, như "tốt nhất là cứ dọn từng phòng một" hoặc "mỗi ngày dọn một chút thì hiệu quả hơn" hoặc "việc bỏ bớt đồ nên làm theo kế hoạch".

Tại Nhật, mọi người tin rằng những việc như dọn phòng và dọn nhà vệ sinh ngăn nắp và sạch sẽ mang lại may mắn, bởi nếu nhà bạn bừa bộn thì hiệu quả của việc đánh bóng bồn vệ sinh cũng ít có tác dụng. Điều tương tự cũng đúng với việc thực hành thuật phong thủy. Chỉ khi nhà cửa gọn gàng và ngăn nắp thì việc bài trí nội thất mới có ý nghĩa.

1

Tại sao tôi không thể giữ
nhà cửa gọn gàng, ngăn nắp?

Nếu không có phương pháp, bạn không thể dọn dẹp gọn gàng

Khi tôi nói với mọi người rằng công việc của tôi là dạy người khác cách sắp xếp mọi thứ gọn gàng ngăn nắp, tôi thường bắt gặp những cái nhìn ngạc nhiên. "Chị có thể thật sự kiếm tiền bằng việc đó sao?" là câu hỏi đầu tiên của họ. Và câu hỏi tiếp theo là "Liệu mọi người có cần học cách dọn dẹp không?".

Quả thật là trong khi các trường học và các huấn luyện viên cung cấp rất nhiều khóa học về mọi thứ, từ nấu ăn, làm vườn cho tới thiền và yoga, nhưng bạn sẽ rất khó tìm thấy các lớp học cách sắp xếp và dọn dẹp. Có một quan niệm phổ biến là không cần phải dạy dọn dẹp vì người ta có được kỹ năng này một cách tự nhiên. Các kỹ năng nấu nướng và công thức nấu ăn được lưu truyền trong gia đình từ bà đến mẹ cho tới con gái nhưng bạn sẽ không bao giờ thấy có ai đó truyền lại bí quyết dọn dẹp cho nhau.

Hãy nhớ lại thời thơ ấu của chính bạn. Tôi dám chắc rằng phần lớn chúng ta đều từng bị người lớn trách mắng vì không dọn phòng, nhưng liệu có bao nhiêu bậc cha mẹ có ý thức hướng dẫn chúng ta dọn dẹp như một phần trong quá trình nuôi dạy? Trong một nghiên cứu về chủ đề này, chưa đến 0,5% người tham gia có câu trả lời "Có" cho câu hỏi "Bạn đã bao giờ được học cách sắp xếp dọn dẹp chính thức chưa?". Bố mẹ yêu cầu chúng ta phải dọn sạch phòng mình, nhưng chính họ cũng chưa bao giờ được dạy cách làm điều đó. Tất cả chúng ta phải đều tự học cách dọn.

Những chỉ dẫn về việc dọn dẹp không chỉ bị bỏ bê trong các gia đình mà ở trường học cũng vậy. Các lớp học ở Nhật Bản và trên khắp thế giới có thể dạy bọn trẻ biết cách làm bánh hamburger hoặc cách dùng máy khâu để may một chiếc tạp dề, nhưng không hề có thời gian dành cho chủ đề dọn dẹp.

Đồ ăn, quần áo và chỗ ở là những nhu cầu cơ bản nhất của con người, vậy bạn có nghĩ rằng hẳn nhiên nơi chúng ta ở nên được coi trọng như những thứ chúng ta ăn và những gì chúng ta mặc. Trong hầu hết mọi nền văn hóa, việc dọn dẹp nhà cửa lại hoàn toàn bị xem nhẹ vì quan niệm sai lầm rằng con người sẽ biết các kỹ năng dọn dẹp cơ bản qua việc tự rèn luyện và do đó không cần phải học.

Liệu những người có kinh nghiệm dọn dẹp nhiều năm hơn người khác sẽ dọn dẹp tốt hơn không? Câu trả lời là "Không". 25% học viên của tôi là những người phụ nữ ở độ tuổi 50 và phần lớn trong số họ đã dọn dẹp nhà cửa đến gần 30 năm – điều khiến họ trở nên kỳ cựu trong công việc này. Nhưng liệu họ có dọn dẹp nhà cửa gọn gàng hơn so với những cô gái ở độ tuổi đôi mươi không? Không. Rất nhiều người trong số họ đã dành nhiều năm để áp dụng những phương pháp truyền thống, chúng không hề có tác dụng và nhà của họ luôn ngập tràn những thứ không cần thiết và họ phải vật lộn để kiểm soát được mớ lộn xộn đó với những biện pháp cất giữ không hiệu quả. Làm sao chúng ta có thể trông mong rằng họ biết cách dọn dẹp trong khi bản thân chưa từng được học cách dọn dẹp đúng cách?

Nếu bạn cũng chưa biết cách dọn dẹp hiệu quả thì cũng đừng vội nản chí. Giờ là lúc bạn có thể học. Bằng cách học và áp dụng Phương pháp KonMari được giới thiệu trong cuốn sách này, bạn có thể thoát khỏi vòng dọn dẹp luẩn quẩn.

Dọn dẹp một lần và đúng cách

"Mỗi khi thấy chỗ mình bừa bãi là tôi lại dọn dẹp, nhưng cứ dọn xong, chẳng bao lâu sau nó lại bừa bộn như cũ." Đây là lời phàn nàn phổ biến và các tạp chí hay đưa ra lời tư vấn là: "Đừng cố dọn dẹp toàn bộ ngôi nhà của bạn một lúc. Bạn sẽ gặp tình trạng trở lại trạng thái cũ mà thôi. Hãy tập thói quen mỗi lần dọn một chút." Lần đầu tiên tôi vấp phải điệp khúc này là khi tôi năm tuổi. Là con giữa trong số anh chị em, tôi lớn lên với rất nhiều tự do. Mẹ tôi bận bịu với việc chăm sóc em gái mới sinh, còn anh trai lớn hơn tôi hai tuổi thì luôn dính chặt lấy tivi để chơi điện tử. Kết quả là hầu hết thời gian ở nhà tôi đều ở một mình.

Khi lớn lên, cách giết thời gian yêu thích của tôi là đọc các tạp chí về phong cách sống dành cho các bà nội trợ. Mẹ tôi theo dõi tờ ESSE – một tạp chí phong cách sống với đầy những bài báo về trang trí nội thất, bí quyết nội trợ và các bài viết đánh giá sản phẩm. Ngay khi người ta giao tạp chí đến nhà, tôi sẽ vồ lấy nó từ hòm thư, thậm chí trước cả khi mẹ tôi biết rằng nó đã đến, rồi xé toạc bì thư ra và chìm đắm vào nội dung bên trong. Trên đường từ trường về nhà, tôi thích dừng chân ở hiệu sách và xem qua *Orange Page* – một tạp chí nấu ăn rất nổi tiếng của Nhật. Tôi chưa biết đọc tất cả các chữ, nhưng những tờ tạp chí đó, với những bức ảnh chụp đồ ăn ngon lành, với những mẹo tuyệt hay để lau rửa vết bẩn và dầu mỡ, và các ý tưởng tiết kiệm từng đồng xu một, cũng lôi cuốn tôi như thể những tờ hướng dẫn chơi trò chơi đối với anh trai tôi vậy. Tôi sẽ gặp một góc của trang có thông tin khiến tôi hứng thú và mơ tưởng về chuyện thử một vài lời khuyên trong đó.

Tôi cũng sáng tạo ra rất nhiều những "trò chơi" một mình. Chẳng hạn, có một hôm sau khi đọc bài báo về việc tiết kiệm tiền bạc, ngay lập tức tôi thực hiện "trò chơi tiết kiệm năng lượng" bằng cách đi một vòng quanh nhà và rút các thiết bị không sử dụng đến, cho dù tôi chẳng biết gì về các đồng hồ đo điện cả. Sau khi đọc một bài báo khác, tôi đổ đầy nước vào các bình nhựa và đặt chúng vào trong bình chứa nước xối bồn cầu để làm "một phép thử về việc tiết kiệm nước". Những bài báo về việc cất giữ đồ đạc cũng truyền cảm hứng cho tôi trong việc biến các hộp sữa thành ngăn đựng đồ trong ngăn kéo bàn học và làm giá đựng thư từ bằng cách xếp chồng các vỏ hộp đựng băng video vào giữa hai thứ đồ đạc. Ở trường, trong khi những bạn khác chơi trò đuổi bắt hoặc nhảy dây, tôi lẩn đi để sắp xếp lại giá sách trong lớp hoặc kiểm tra tủ đựng đồ dọn dẹp vệ sinh, và nhận thấy những cách thức cất giữ đều không ổn. "Giá như có một chiếc móc chữ S thì sẽ dễ sử dụng hơn biết mấy" tôi nghĩ như thế.

Thế nhưng có một vấn đề dường như không thể giải quyết được: cho dù tôi đã dọn dẹp gọn ghẽ đến thế nào thì chẳng bao lâu sau, mọi thứ lại bừa bộn như cũ. Những ngăn đựng làm bằng vỏ hộp sữa trong ngăn kéo bàn học của tôi chẳng mấy chốc lại đầy bút mực. Giá đựng thư từ làm bằng vỏ đựng băng video bị nhồi đầy thư và báo đến mức đổ ụp xuống sàn. Với nấu nướng và may vá, mọi thứ đều hoàn hảo, tuy nhiên dù cho cũng dọn dẹp thường xuyên khi về nhà, nhưng dường như tôi chưa bao giờ cải thiện được tình hình – không chỗ nào giữ được gọn ghẽ trong một thời gian dài.

Tôi tự an ủi mình: "Chắc là không thể hơn được nữa. Vốn dĩ mọi thứ sẽ trở lại trạng thái cũ. Nếu cố gắng xử lý tình trạng này, rồi mình sẽ nản chí thôi." Tôi đã đọc nhiều bài báo nói về tình trạng này và cho rằng đó là sự thật. Nếu bây giờ có một cỗ máy thời gian, tôi sẽ trở lại thời điểm đó và nói với chính mình: "Sai rồi. Nếu áp dụng phương pháp đúng, việc trở lại trạng thái cũ sẽ không bao giờ diễn ra nữa."

Đa phần mọi người gắn cụm từ "trở lại trạng thái cũ" với việc ăn kiêng, nhưng khi sử dụng trong bối cảnh của việc dọn dẹp, nó vẫn có ý nghĩa. Về lô gíc, dường như việc sự bừa bộn đột nhiên giảm mạnh cũng có tác dụng tương tự như khi cắt giảm mạnh lượng calori tiêu thụ - việc này mang lại sự cải thiện trong thời gian ngắn nhưng không duy trì được lâu dài. Nhưng bạn đừng thất vọng. Thời điểm bạn bắt đầu di chuyển đồ đạc và bỏ đi những vật dụng không cần thiết, thì khi đó căn phòng của bạn sẽ thay đổi. Đơn giản thôi. Nếu muốn cố gắng hết sức để khiến cho nhà cửa ngăn nắp gọn gàng, bạn sẽ cần phải dọn dẹp lại mọi thứ. Tình trạng trở lại trạng thái cũ chỉ diễn ra khi người ta tưởng nhầm là mình đã dọn dẹp hết mọi thứ trong khi trên thực tế, họ mới chỉ sắp xếp và cất giữ một phần đồ dùng trong nhà. Nếu đã dọn dẹp nhà cửa đúng cách, bạn sẽ giữ được phòng ốc luôn ngăn nắp gọn gàng, cho dù bạn có là người lười nhác hoặc bừa bộn bẩm sinh.

Dọn dẹp một chút mỗi ngày và thế là phải dọn dẹp mãi mãi

Còn về gợi ý cho rằng chúng ta nên dọn dẹp một chút mỗi ngày thì sao? Mặc dù nghe có vẻ thuyết phục nhưng bạn đừng ngốc nghếch làm theo. Lý do khiến bạn dường như không bao giờ có thể kết thúc được việc dọn dẹp chính là vì bạn chỉ dọn dẹp từng chút một.

Thay đổi những thói quen trong cuộc sống đã hình thành qua nhiều năm thường là việc cực kỳ khó khăn. Nếu cho đến giờ bạn vẫn chưa từng thành công trong việc duy trì dọn dẹp thường xuyên, vậy thì bạn sẽ không thể tạo dựng được thói quen dọn dẹp mỗi lần một chút được. **Người ta phải thay đổi cách nghĩ trước khi có thể thay đổi thói quen.** Và điều đó không hề dễ dàng! Rốt cuộc, thật sự khó có thể kiểm soát những suy nghĩ của chúng ta. Tuy nhiên, có một cách để nhanh chóng thay đổi suy nghĩ của chúng ta về việc dọn dẹp.

Hồi học trung học, tôi tình cờ đọc một cuốn sách có tên là *Nghệ thuật từ bỏ* của Nagisa Tatsumi (Takarajimasha, Inc.) lý giải về tầm quan trọng của việc vứt bỏ những thứ không cần thiết. Tôi mua được cuốn sách này trên đường từ trường về nhà, cảm thấy tò mò với một chủ đề mà tôi chưa từng gặp trước đó, và tôi vẫn còn nhớ cảm xúc của mình khi đọc nó trên tàu điện ngầm. Tôi chăm chú tới mức suýt không kịp xuống tàu ở điểm dừng để về nhà. Ngay khi về đến nhà, tôi cầm một nắm túi đựng rác đi thẳng vào phòng và ở trong đó suốt mấy giờ liền. Mặc dù phòng tôi nhỏ thôi nhưng đến khi dọn xong, tôi đã có 8 cái túi đầy – quần áo chưa từng mặc, những cuốn sách giáo khoa từ hồi tiểu học, những món đồ chơi nhiều năm qua không còn chơi nữa, và cả những bộ sưu tập tẩy và con dấu. Tới lúc đó tôi đã quên phần lớn những thứ này cho dù chúng vẫn đang tồn tại. Tôi ngồi yên trên sàn khoảng một tiếng, nhìn đống túi đó và tự hỏi: "Thế quái nào mà mình lại giữ lại tất cả những thứ này?"

Tuy nhiên, điều khiến tôi thấy choáng váng nhất chính là sự thay đổi trong phòng của mình. Chỉ sau vài giờ, tôi đã có thể nhìn thấy được nhiều không gian trống trên sàn như thể chúng chưa bao giờ được thông thoáng như thế. Phòng của tôi dường như đã có biến chuyển lớn và có cảm giác không khí trong phòng sạch sẽ và tươi sáng đến mức khiến tâm trí tôi cũng cảm nhận mọi thứ rõ ràng hơn. Tôi nhận ra việc dọn dẹp có tác động lớn hơn cả những gì tôi từng hình dung. Kinh ngạc vì mức độ thay đổi này, kể từ ngày đó, tôi chuyển mối quan tâm từ việc nấu nướng và may vá mà tôi từng nghĩ là những việc nhà cơ bản, sang nghệ thuật dọn dẹp.

Bí quyết tối thượng để thành công trong dọn dẹp là: **Nếu bạn dọn dẹp triệt để trong một lần, thay vì từng chút một, bạn có thể khiến não trạng của mình thay đổi mạnh mẽ.** Điều này mang lại sự thay đổi sâu sắc đến mức nó động chạm tới những cảm xúc trong bạn và có những tác động không thể cưỡng lại được tới cách suy nghĩ cũng như những thói quen của bạn. Tất cả các khách hàng của tôi không tạo dựng thói quen dọn dẹp một cách từ từ. Họ chỉ thoát khỏi sự bừa bộn kể từ khi họ bắt đầu cuộc chạy marathon dọn dẹp của chính mình. Phương pháp này chính là chìa khóa để ngăn tình trạng trở lại trạng thái cũ.

Khi người ta trở lại với tình trạng bừa bộn cho dù trước đó họ đã cố gắng dọn dẹp, thì đó không phải lỗi của căn phòng hay những vật sở hữu của họ mà là do cách nghĩ của họ. Thậm chí nếu như ban đầu họ hứng khởi thì sau đó họ vẫn phải đấu tranh để duy trì động lực và những nỗ lực của họ cứ đuối dần. Nguyên nhân chính nằm ở thực tế là họ không thể trông thấy các kết quả hoặc cảm thấy những tác động của việc dọn dẹp. Chính vì vậy mà thành công phụ thuộc vào những kết quả có thể thấy được ngay lập tức. **Nếu bạn sử dụng phương pháp đúng và tập trung nỗ lực xóa bỏ hoàn toàn tình trạng bừa bộn chỉ trong một khoảng thời gian ngắn, bạn sẽ thấy được những kết quả tức thời và chúng sẽ truyền cho bạn sức mạnh để tiếp tục giữ cho không gian quanh mình được ngăn nắp gọn gàng.** Bất kì ai trải qua quá trình này, cho dù họ là ai, cũng nguyện không bao giờ quay lại tình trạng bừa bộn như trước nữa.

Hướng tới sự hoàn hảo

"Đừng hướng tới sự hoàn hảo. Hãy bắt đầu chậm rãi và chỉ bỏ đi một thứ mỗi ngày." Những lời lẽ đáng yêu như thế sẽ xoa dịu trái tim của những người thiếu tự tin vào khả năng dọn dẹp của mình hoặc tin rằng họ không có đủ thời gian để hoàn thành nhiệm vụ này. Tôi tình cờ bắt gặp lời khuyên này khi ngấu nghiến mọi cuốn sách bàn về việc dọn dẹp được xuất bản ở Nhật, và tôi thích mê chúng. Cái đà có được nhờ sự bừng khởi trong tôi về sức mạnh của việc dọn dẹp bắt đầu yếu dần, và tôi bắt đầu cảm thấy chán vì không thấy được những kết quả rõ rệt. Do đó những lời lẽ trên dường như trở nên có ý nghĩa. Nó khiến mục tiêu hướng tới sự hoàn hảo trở nên xa vời ngay từ khi mới bắt đầu. Ngoài ra, sự hoàn hảo có thể bị cho là không thể đạt được. Bằng cách vứt đi mỗi ngày một thứ, đến hết năm là tôi có thể bỏ đi được 365 thứ rồi.

Tin rằng mình đã phát hiện ra một phương pháp rất thiết thực, ngay lập tức tôi làm theo những hướng dẫn của cuốn sách đó. Tôi mở tủ quần áo ra vào buổi sáng và băn khoăn là hôm đó sẽ vứt đi thứ gì. Nhìn chiếc áo phông không mặc đến lâu nay, tôi bỏ nó vào túi rác. Trước khi đi ngủ vào tối hôm sau, tôi mở ngăn kéo bàn và phát hiện ra cuốn sổ tay dường như quá trẻ con so với tuổi của tôi. Tôi liền cho nó vào túi rác. Thấy một cuốn sổ ghi nhớ cũng nằm trong ngăn kéo đó, tôi nghĩ thầm: "Ồ, mình không cần đến nó nữa", nhưng khi vươn tay để lấy nó ra và vứt đi, tôi dừng lại vì trong đầu xuất hiện một ý nghĩ mới. "Mình cứ để đó đến sáng mai vứt đi cũng được". Và tôi đợi đến sáng hôm sau để vứt nó đi. Ngày tiếp theo, tôi quên khuấy việc này, nên để bù lại tôi đã vứt đi hai thứ vào ngày kế tiếp...

Thành thực mà nói, tôi không duy trì được việc này quá hai tuần. Tôi không phải là người có thể miệt mài làm một việc gì đó từng bước từng bước một. Đối với những người giống như tôi, chỉ nước đến chân mới nhảy, phương pháp này không hiệu quả. Ngoài ra, việc bỏ đi một thứ mỗi ngày không bù đắp được cho thực tế là mỗi khi đi mua sắm, tôi thường mua nhiều thứ một lúc. Cuối cùng, tiến độ giảm bớt vật dụng không theo kịp với tiến độ có thêm đồ mới và tôi đối mặt với thực trạng nản lòng là không gian của tôi vẫn bừa bộn như thường. Không bao lâu sau tôi hoàn toàn quên mất việc phải tuân theo nguyên tắc vứt đi một thứ mỗi ngày.

Vì vậy, từ kinh nghiệm của mình, tôi có thể nói với bạn rằng bạn sẽ không bao giờ khiến nhà cửa trở nên gọn gàng ngăn nắp nếu chỉ dọn dẹp một cách nửa vời. Nếu giống như tôi, bạn không phải tuýp người kiên nhẫn, siêng năng, vậy thì tôi khuyên bạn nên đặt mục tiêu hướng tới sự hoàn hảo chỉ trong một lần dụng công mà thôi. Nhiều người có thể phản đối khi tôi sử dụng từ "hoàn hảo", khăng khăng rằng đó là một mục tiêu bất khả thi. Nhưng đừng lo lắng.

Nói cho cùng, việc dọn dẹp chỉ là một hành động vật lí. Nói rộng ra, công việc liên quan có thể chia thành hai loại: quyết định giữ lại hay vứt đi thứ gì và quyết định nên cất giữ ở đâu. Nếu bạn có thể làm được hai việc này, bạn có thể thực sự đạt được sự hoàn hảo. Tất cả những gì bạn cần làm là xem xét từng thứ một và quyết định xem nên giữ lại hay vứt đi thứ gì và để nó ở đâu. Đó là tất cả những gì bạn cần để hoàn thành công việc này. Không khó để có thể dọn dẹp một cách hoàn hảo và toàn bộ chỉ trong một lần duy nhất. Trên thực tế, bất kỳ ai cũng có thể làm được. Và nếu bạn muốn tránh tình trạng trở lại trạng thái cũ, thì đây chính là cách duy nhất.

Tái tạo cuộc sống

Bạn đã bao giờ thấy mình không thể học vào buổi tối trước kì thi và bắt đầu dọn dẹp điên cuồng hay không? Tôi thú nhận, tôi chính là người như thế. Thực ra, đây là điều diễn ra thường xuyên với tôi. Tôi sẽ lôi hàng chồng tài liệu để đầy trên bàn học và quẳng chúng vào sọt rác. Sau đó, không thể dừng lại, tôi xử lí tiếp số sách giáo khoa và giấy tờ rải đầy trên sàn và bắt đầu xếp chúng vào giá sách. Cuối cùng, tôi sẽ mở ngăn kéo bàn và bắt đầu thu dọn bút mực và bút chì. Trước khi tôi nhận ra thì đã 2 rưỡi sáng rồi. Bị cơn buồn ngủ đánh gục, tôi chỉ bừng dậy lúc 5 giờ sáng và khi đó, vô cùng hoảng sợ, tôi mới mở sách vở và bắt đầu học bài.

Tôi nghĩ điều đã thúc đẩy mình dọn dẹp trước kì thi là một thói kì quặc của cá nhân tôi, nhưng sau khi gặp nhiều người cũng làm điều tương tự, tôi nhận ra đây là một hiện tượng phổ biến. Nhiều người lao vào dọn dẹp khi phải chịu đựng áp lực nào đó, chẳng hạn trước một kì thi. Nhưng động lực thúc đẩy không phải vì họ muốn dọn dẹp phòng của họ. Nó nảy sinh vì họ cần khiến cho "một thứ gì đó" vào khuôn khổ. Bộ não của họ kêu gào phải học ngay đi, nhưng khi nó chú ý tới không gian bừa bãi xung quanh, tâm điểm chú ý chuyển sang "tôi cần dọn dẹp lại phòng của mình". Thực tế là sự hối thúc phải dọn dẹp hiếm khi tiếp tục nếu như cơn khủng hoảng này đã đi qua, chứng minh cho giả thuyết này là đúng. Ngay khi kì thi kết thúc, niềm đam mê dọn dẹp vào tối hôm trước sẽ tiêu tan và cuộc sống trở lại bình thường. Tất cả những suy nghĩ về việc dọn dẹp bị quét ra khỏi tâm trí của họ. Tại sao vậy? Bởi vì vấn đề mà họ phải đối mặt, tức là cần phải học để làm bài thi, giờ đây đã được "thu dọn".

Điều này không có nghĩa là việc dọn dẹp phòng ốc thực sự có thể làm dịu tâm trí rối bời của bạn. Tuy có thể giúp cho bạn cảm thấy thư thái tạm thời nhưng sự khuây khỏa sẽ không kéo dài bởi vì bạn vẫn chưa giải quyết được nguyên nhân thực sự làm bạn lo lắng. Nếu bạn để cho sự khuây khỏa tạm thời có được nhờ việc dọn dẹp không gian vật chất quanh mình đánh lừa bản thân, bạn sẽ không bao giờ nhận ra nhu cầu cần phải dọn dẹp không gian tâm lí của mình. Điều này đúng với bản thân tôi. Lơ đễnh vì "nhu cầu" dọn dẹp phòng ốc, tôi đã chểnh mảng học hành tới mức điểm số của tôi luôn luôn tồi tệ.

Hãy hình dung đến một căn phòng bừa bộn. Không phải tự nhiên mà nó trở nên bừa bãi như thế. Chính bạn, người sống trong nó, đã gây ra sự bừa bãi này. Có một câu ngạn ngữ rằng "Một căn phòng bừa bộn cũng như thể một tâm trí bừa bộn". Tôi cũng nhìn sự việc theo cách này. Khi một căn phòng trở nên bừa bộn, nguyên nhân không chỉ đơn thuần về mặt vật lí. Sự bừa bãi hiển hiện trước mắt có thể khiến chúng ta sao lãng nguồn gốc thật sự của tình trạng mất trật tự này. Hành động dọn dẹp thực sự là sự phản ánh của bản năng lôi kéo sự chú ý của chúng ta chệch khỏi tâm điểm của vấn đề chính là sự bừa bộn của chúng ta.

Nếu bạn không thể cảm thấy thoải mái trong một căn phòng sạch sẽ và gọn gàng thì hãy thử đối mặt với cảm xúc lo lắng của chính mình. Nó có thể soi sáng xem điều gì thực sự làm phiền bạn. Khi căn phòng sạch sẽ và không còn bừa bộn nữa, bạn không còn lựa chọn nào khác ngoài việc xem xét tình trạng bên trong của mình. Bạn có thể nhận ra bất kì vấn đề nào mà bạn đang cố tình tránh né và buộc phải xử lí chúng. Từ giây phút bắt đầu dọn dẹp, bạn sẽ buộc phải tái tạo cuộc sống của mình. Kết quả là cuộc sống của bạn sẽ bắt đầu thay đổi. Do đó nhiệm vụ dọn dẹp nhà cửa gọn gàng cần được thực hiện nhanh chóng. Nó cho phép bạn đối diện với những vấn đề thực sự quan trọng. **Việc dọn dẹp chỉ là một công cụ, chứ không phải là đích đến.** Mục tiêu đích thực sẽ là tạo lập lối sống mà bạn mong muốn nhất ngay khi ngôi nhà của bạn đã trở nên gọn gàng, ngăn nắp.

Những chuyên gia về việc cất giữ là những kẻ tích trữ

Vấn đề đầu tiên nảy sinh trong tâm trí khi bạn nghĩ về việc dọn dẹp là gì? Đối với nhiều người, câu trả lời là cất giữ đồ dùng. Khách hàng thường muốn tôi dạy họ cách cất giữ mọi thứ ở đâu cho hợp lí. Tôi có thể hiểu được mong muốn đó, nhưng đáng tiếc, đây không phải là vấn đề thực sự. **Một cái bẫy vụng về nằm ngay trong thuật ngữ "cất giữ".** Những bài báo về việc sắp xếp, cất giữ những vật sở hữu và những dụng cụ cất giữ tiện lợi nhan nhản với những cụm từ nhàm chán nghe qua thì thật đơn giản, chẳng hạn "sắp xếp không gian không tốn thời gian" hoặc "khiến việc dọn dẹp trở nên nhanh chóng và dễ dàng". Bản chất của con người là chọn lấy một lộ trình dễ dàng, và phần lớn mọi người lập tức áp dụng những phương pháp cất giữ hứa hẹn diễn ra nhanh chóng và tiện lợi. Tôi thừa nhận là có lúc tôi cũng từng mê mẩn với "huyền thoại về việc cất giữ" đó.

Là fan cuồng của các tạp chí nội trợ từ thời còn học mẫu giáo, mỗi khi đọc một bài báo về việc cất dọn đồ đạc, tôi lại áp dụng mọi gợi ý ngay lập tức. Tôi làm những ngăn kéo bằng hộp đựng giấy lụa và đập lợn đất để mua những dụng cụ cất giữ xinh xắn và hợp mốt. Khi học trung học cơ sở, trên đường từ trường về nhà, tôi sẽ ghé vào một cửa hàng DIY hoặc lướt qua quầy báo tạp chí để xem những sản phẩm mới nhất. Khi học trung học, thậm chí tôi còn gọi điện thoại cho nhà sản xuất của những mặt hàng hấp dẫn nào đó và quấy rầy người lễ tân về chuyện những sản phẩm này được phát minh như thế nào. Tôi sử dụng nghiêm túc những dụng cụ cất giữ này để sắp xếp vật dụng của mình. Và sau đó tôi đứng chiêm ngưỡng công trình của mình, hài lòng với thế giới riêng đã trở nên tiện lợi thế nào. Từ trải nghiệm này, tôi có thể tuyên bố chân thành rằng các phương pháp cất giữ không xử lí được tình trạng bừa bộn. Rốt cuộc, chúng chỉ là câu trả lời hời hợt mà thôi.

Cuối cùng, điều mà tôi thấy là căn phòng của mình vẫn không gọn gàng cho dù nó chứa đầy những giá đựng tạp chí, giá sách, các ô chia cách trong ngăn kéo và những dụng cụ cất giữ đủ chủng loại khác nhau. Tôi băn khoăn: "Tại sao mình vẫn cảm thấy căn phòng bừa bộn cho dù mình đã cật lực sắp xếp và thu dọn?" Đầy thất vọng, tôi nhìn những thứ đựng trong mỗi dụng cụ cất giữ và chợt phát giác ra một điều. Tôi không cần phần lớn những thứ đó. Mặc dù tôi nghĩ mình đang dọn dẹp, nhưng trên thực tế tôi chỉ lãng phí thời gian cho việc thu dọn mọi thứ ra khỏi tầm mắt, che giấu những thứ mà tôi không cần dưới một cái nắp đậy mà thôi. **Việc cất dọn tạo ra sự ảo tưởng rằng tình trạng bừa bộn đã được giải quyết.** Nhưng không sớm thì muộn, tất cả những dụng cụ cất giữ sẽ đầy chặt, căn phòng sẽ lại tràn ngập các đồ vật, và một phương pháp cất giữ "dễ dàng" mới mẻ nào đó sẽ trở nên cần thiết, tạo ra một chu kì xoắn ốc tiêu cực. Do đó việc dọn dẹp phải được bắt đầu bằng cách từ bỏ vật dụng. Chúng ta cần tự kiểm soát và cưỡng lại việc cất giữ đồ dùng cá nhân cho đến khi chúng ta thành thục kĩ năng xác định những gì mà chúng ta thực sự muốn và cần giữ lại.

Phân loại theo nhóm, chứ không theo vị trí

Khi học trung học cơ sở, tôi bắt đầu nghiêm túc tìm hiểu về việc dọn dẹp và cơ bản thì tôi thực hành thường xuyên. Hàng ngày tôi chọn một nơi để dọn dẹp – phòng riêng, phòng của anh trai, phòng của em gái, phòng tắm. Mỗi ngày tôi đều lập kế hoạch dọn dẹp ở đâu và đơn độc triển khai những chiến dịch tương tự chiến dịch bán hàng vậy. "Ngày mùng 5 hàng tháng là ngày phòng khách!", "Hôm nay là ngày dọn dẹp bát đĩa", "Ngày mai, mình sẽ chinh phục các tủ đồ trong phòng tắm!"

Tôi vẫn giữ thói quen này thậm chí tới khi lên trung học phổ thông. Khi trở về nhà, thậm chí không buồn cởi đồng phục học sinh, tôi đi thẳng đến nơi mà tôi quyết định dọn dẹp vào ngày hôm đó. Nếu mục tiêu là bộ ngăn kéo bằng nhựa trong tủ đồ nhà tắm, tôi sẽ mở cửa tủ đồ và đổ mọi thứ trong từng ngăn kéo ra, bao gồm mỹ phẩm, xà phòng, bàn chải đánh răng và dao cạo. Sau đó tôi sẽ phân loại chúng thành từng nhóm, sắp xếp chúng vào những hộp chứa và cất lại chúng vào ngăn kéo. Cuối cùng, tôi sẽ lặng yên chiêm ngưỡng những thứ vừa được sắp xếp gọn ghẽ trước khi tiếp tục xử lí chiếc ngăn kéo tiếp theo. Tôi sẽ ngồi trên sàn hàng giờ để phân loại đồ trong tủ đồ cho đến khi mẹ gọi vào ăn tối.

Rồi tới một ngày, khi đang phân loại những thứ trong một chiếc ngăn kéo ở tủ đồ hành lang, tôi dừng lại vì ngạc nhiên. Tôi nghĩ: "Đây chắc chắn là cái ngăn kéo mà mình đã dọn hôm qua." Thực ra không phải vậy nhưng những thứ trong ngăn kéo thì giống hệt – mỹ phẩm, xà phòng, bàn chải đánh răng và dao cạo. Tôi đang phân loại chúng theo từng nhóm, để chúng vào hộp và cất vào ngăn kéo y như ngày hôm qua. Đó là khoảnh khắc khiến tôi nhận ra: **Dọn dẹp theo vị trí là một sai lầm tai hại.** Thật buồn khi phải thừa nhận rằng phải mất đến ba năm tôi mới phát hiện ra điều này.

Nhiều người sẽ ngạc nhiên khi nghe chuyện một phương pháp có vẻ khả thi như thế lại là một cạm bẫy phổ biến. Gốc rễ của vấn đề nằm ở thực tế là người ta thường cất giữ cùng một loại vật dụng ở những chỗ khác nhau. Khi dọn dẹp riêng rẽ từng chỗ một, chúng ta sẽ không thể nhận ra mình đang làm cùng một công việc ở nhiều vị trí khác nhau và mắc kẹt trong cái vòng dọn dẹp luẩn quẩn. Để tránh tình trạng này, tôi khuyên bạn hãy dọn dẹp bằng cách phân loại đồ dùng theo nhóm. Ví dụ, thay vì quyết định hôm nay bạn sẽ dọn dẹp một phòng nào đó, hãy đặt các mục tiêu như "hôm nay quần áo, ngày mai sách vở". Lí do chính khiến nhiều người trong chúng ta không bao giờ thành công trong việc dọn dẹp là vì chúng ta bối rối trước quá nhiều thứ. Sự thừa thãi này là do chúng ta phớt lờ trước việc có quá nhiều thứ mà chúng ta đang sở hữu. Khi cất giữ cùng một loại đồ vật ở khắp nơi trong nhà và chỉ dọn dẹp mỗi lúc một chỗ, thì chúng ta không bao giờ có thể nắm được tổng số lượng của đồ vật đó và vì vậy không bao giờ kết thúc được việc dọn dẹp. Để thoát khỏi vòng xoáy tiêu cực này, hãy dọn dẹp bằng cách phân loại đồ dùng theo nhóm, chứ không phải dọn dẹp theo vị trí.

Đừng thay đổi phương pháp để phù hợp với tính cách của bạn.

Những cuốn sách về dọn dẹp và giải quyết tình trạng bừa bộn thường khẳng định rằng nguyên nhân dẫn đến sự bừa bộn sẽ khác nhau tùy theo mỗi người, do đó chúng ta nên tìm một phương pháp phù hợp nhất với tính cách của mình. Nhìn thoáng qua, lập luận này dường như thuyết phục. Chúng ta có thể nghĩ: "Thảo nào tôi lại không thể giữ cho không gian của mình được gọn gàng. Phương pháp mà tôi đang áp dụng không hợp với tính cách của tôi." Chúng ta có thể kiểm tra biểu đồ trên đó liệt kê những phương pháp hiệu quả với người lười, người bận rộn, người kiểu cách hoặc người không kiểu cách, và chọn lấy một phương pháp phù hợp cho mình.

Lúc đó, tôi nghĩ mình đã khám phá ra ý tưởng phân loại các phương pháp dọn dẹp dựa trên đặc điểm tính cách. Tôi đọc những cuốn sách tâm lí học, phỏng vấn các khách hàng về nhóm máu của họ, tính cách của cha mẹ họ,... và thậm chí xem cả ngày sinh của họ. Tôi dành hơn năm năm để phân tích những phát hiện trong quá trình nghiên cứu của mình nhằm tìm ra một nguyên tắc chung bao trùm lên các phương pháp riêng lẻ thích hợp nhất với từng loại tính cách. Thế nhưng, tôi lại phát hiện ra rằng chẳng có bất cứ điều gì thay đổi cho dù bạn áp dụng phương pháp phù hợp với tính cách của mình. Khi đến lúc phải dọn dẹp, đa phần mọi người đều lười nhác. Họ cũng bận rộn nữa. Đối với những người kiểu cách, họ chỉ kĩ lưỡng đối với một số đồ vật cụ thể. Khi tôi kiểm tra những loại tính cách được gợi ý, tôi nhận ra rằng mình có những đặc điểm của tất cả các loại tính cách này. Vậy có tiêu chuẩn nào để tôi có thể phân loại những nguyên nhân khiến người ta không dọn dẹp?

Tôi có thói quen cố gắng phân loại mọi thứ, có lẽ vì tôi dành nhiều thời gian để suy nghĩ về cách thức phân loại. Khi mới bắt đầu công việc của một nhà tư vấn, tôi đã cần mẫn phân loại các khách hàng của mình và thiết kế nội dung dịch vụ sao cho phù hợp với tính cách của họ. Tuy nhiên, khi ngẫm lại, tôi nhận thấy mình có một động cơ ngầm. Dù thế nào thì khi đó tôi đã tưởng rằng một cách tiếp cận phức tạp bao gồm những phương pháp khác nhau áp dụng cho những loại tính cách khác nhau sẽ khiến tôi có vẻ chuyên nghiệp hơn. Tuy nhiên, sau khi suy nghĩ cẩn thận, tôi đi đến kết luận là sẽ có ý nghĩa hơn nhiều nếu phân loại khách hàng dựa trên hành động thay vì dựa trên đặc điểm tính cách đã được khái quát.

Khi sử dụng cách tiếp cận này, những người không chịu dọn dẹp có thể được chia thành ba: kiểu "không thể vứt đi", kiểu "không thể thu dọn" và kiểu "kết hợp hai kiểu trên". Khi xem xét các khách hàng của mình, tôi nhận ra một điều nữa là 90% trong số họ rơi vào loại thứ ba – kiểu "không thể vứt đi, không thể thu dọn" – trong khi 10% còn lại rơi vào kiểu "không thể thu dọn". Tôi vẫn chưa tìm ra người nào chỉ thuộc kiểu "không thể vứt đi", chắc chắn là vì bất kì ai không thể vứt đi thì sớm hay muộn sẽ rơi vào tình trạng không gian cất giữ bị quá tải. Đối với 10% những người có thể vứt đi nhưng không thể thu dọn, khi chúng tôi cùng nhau bắt đầu dọn dẹp một cách nghiêm túc, thì rõ ràng chẳng bao lâu họ đã có thể bỏ đi nhiều hơn trước: giờ đây họ có thể bỏ đi ít nhất 30 túi rác.

Quan điểm của tôi là việc dọn dẹp phải bắt đầu bằng cách bỏ bớt đồ dùng cho dù bạn có thuộc bất kì loại tính cách nào. Miễn là các khách hàng của tôi nắm được nguyên tắc này thì tôi không cần phải thay đổi nội dung giảng dạy để phù hợp với mỗi người. Tôi dạy cho mọi người cùng một phương pháp như nhau. Cách tôi truyền đạt và cách mà mỗi khách hàng áp dụng vào thực tế về bản chất là khác nhau vì mỗi cá nhân là một cá thể duy nhất giống như cách mà họ trang bị đồ đạc cho ngôi nhà của mình. **Việc dọn dẹp hiệu quả chỉ gắn với hai hành động cơ bản: từ bỏ vật dụng và quyết định nên cất giữ vật dụng ở đâu. Trong số đó, từ bỏ là hành động phải thực hiện trước tiên.** Nguyên tắc này không bao giờ thay đổi. Phần còn lại tùy thuộc vào mức độ dọn dẹp mà cá nhân mỗi người muốn đạt được.

Biến việc dọn dẹp trở thành sự kiện đặc biệt

Tôi bắt đầu khóa học của mình với những lời sau: Dọn dẹp là một sự kiện đặc biệt. Đừng làm nó hàng ngày. Tuyên bố này luôn gây ra giây phút im lặng sững sờ. Tuy nhiên, tôi nhắc lại: việc dọn dẹp chỉ nên làm một lần. Hoặc, nói chính xác hơn, công việc dọn dẹp nên được hoàn thành toàn bộ chỉ trong một lần, trong một khoảng thời gian cụ thể.

Nếu bạn nghĩ dọn dẹp là thứ việc vặt không hồi kết và phải làm hàng ngày thì bạn đã phạm sai lầm nghiêm trọng. Có hai loại dọn dẹp – "dọn dẹp hàng ngày" và "sự kiện dọn dẹp đặc biệt". Dọn dẹp hàng ngày, bao gồm việc dùng thứ gì đó và thu dọn nó về đúng vị trí, sẽ luôn là một phần trong cuộc sống của chúng ta khi chúng ta cần dùng đến quần áo, sách vở, tài liệu giấy tờ, v.v.. Nhưng mục đích của cuốn sách này là để truyền cảm hứng cho bạn trong việc tiến hành "sự kiện đặc biệt" để khiến cho ngôi nhà của bạn trở nên gọn gàng, ngăn nắp ngay khi có thể.

Bằng cách hoàn thành thành công nhiệm vụ một lần duy nhất trong đời này, bạn sẽ có được lối sống hằng khao khát và có thể hưởng thụ không gian gọn gàng và sạch sẽ như mong muốn. Liệu bạn có thể đặt tay lên tim mình và thề rằng bạn cảm thấy hạnh phúc khi vây xung quanh là những thứ mà bạn thậm chí còn không nhớ rằng chúng có mặt ở đó? Hầu hết mọi người đều tha thiết mong muốn ngôi nhà của mình trở nên gọn gàng, ngăn nắp. Không may là, phần lớn trong số họ thất bại trong việc thực hiện nhiệm vụ này như là một "sự kiện đặc biệt" và thay vào đó khiến cho các căn phòng càng trở nên giống những kho chứa đồ hơn. Họ sẽ chậm chạp hàng thập kỉ khi cố duy trì trật tự trong nhà bằng cách dọn dẹp hàng ngày.

Hãy tin tôi. Cho đến khi bạn hoàn thành sự kiện dọn dẹp nhà cửa một lần duy nhất trong đời, thì bất kể nỗ lực dọn dẹp hàng ngày nào cũng đều có chung kết cục thất bại. Ngược lại, ngay khi bạn khiến ngôi nhà của mình trở nên trật tự, việc dọn dẹp sẽ chỉ còn là một nhiệm vụ rất giản đơn, đó là đưa đồ vật trở lại đúng vị trí của chúng. Trên thực tế, việc làm này sẽ trở thành thói quen vô thức. Tôi sử dụng thuật ngữ "sự kiện đặc biệt" bởi nó diễn ra trong một khoảng thời gian ngắn và trong khoảng thời gian này bạn tràn đầy sinh lực và hứng khởi về những gì mình đang làm.

Bạn có thể lo lắng rằng khi sự kiện này kết thúc, không gian của bạn sẽ lại lộn xộn như cũ. Có lẽ bạn mua sắm quá nhiều và hình dung đến cảnh những vật sở hữu của bạn sẽ lại chất chồng như trước. Tôi thừa nhận là sẽ rất khó tin nếu như bạn không bao giờ thử dọn dẹp, nhưng ngay khi bạn hoàn tất công việc dọn dẹp triệt để, bạn sẽ không gặp bất kì khó khăn nào trong việc cất vật dụng về đúng vị trí của chúng hoặc quyết định xem nên cất những đồ vật mới ở đâu. Nghe qua có vẻ không đáng tin, nhưng chỉ bằng cách trải nghiệm trạng thái trật tự hoàn hảo thì bạn mới có thể duy trì nó. Tất cả những gì bạn cần làm là dành thời gian ngồi xuống và kiểm tra từng vật mà bạn sở hữu, quyết định xem bạn muốn giữ hoặc từ bỏ cái gì, rồi sau đó lựa chọn nơi để cất những thứ mà bạn giữ lại.

Bạn có bao giờ tự nhủ: "Mình không giỏi việc dọn dẹp", hoặc "Không cần phải thử; mình sinh ra đã bừa bộn rồi" hay chưa? Nhiều người có suy nghĩ tiêu cực đó về bản thân suốt nhiều năm, nhưng nó bị xua tan nhanh chóng khi họ trải nghiệm không gian gọn gàng, sạch sẽ hoàn hảo của riêng mình. Thay đổi lớn này trong nhận thức về bản thân, niềm tin rằng bạn có thể làm bất cứ điều gì nếu bạn dồn tâm trí cho nó, sẽ làm biến chuyển thái độ và lối sống. Chính vì vậy các học viên của tôi không bao giờ trở lại tình trạng trước đây. Ngay khi bạn trải nghiệm tác động mạnh mẽ của một không gian ngăn nắp hoàn hảo, bạn cũng sẽ không bao giờ trở về với sự bừa bộn nữa. Vâng, ý tôi là chính bạn đó!

Nghe có vẻ rất khó khăn, nhưng tôi có thể thành thực nói rằng việc này khá đơn giản. Khi dọn dẹp, bạn đang xử lí những đối tượng. Những đối tượng này dễ dàng để từ bỏ và xê dịch. Bất kì ai cũng làm được. **Mục tiêu của bạn là có được tầm mắt thông thoáng. Vào thời điểm mà bạn đã xếp đặt mọi thứ về vị trí của chúng, bạn đã cán vạch đích.** Không giống như công việc, học tập hoặc thể thao, bạn không cần so sánh thành tích của mình với bất kì ai khác. Bạn đã là chuẩn mực rồi. Ngoài ra, có một điều mà mọi người đều thấy khó thực hiện được – đó là tiếp tục việc đã làm – nhưng điều này hoàn toàn không cần thiết. Bạn chỉ phải quyết định nên cất đồ vật ở đâu một lần mà thôi.

Tôi không bao giờ dọn dẹp phòng mình. Tại sao ư? Bởi nó đã gọn gàng rồi. Tôi chỉ dọn dẹp một lần, hoặc thỉnh thoảng hai lần một năm, và mỗi lần chỉ mất khoảng một giờ. Trước kia tôi đã dành nhiều ngày dọn dẹp mà chẳng thấy kết quả rõ rệt nào. Còn bây giờ tôi cảm thấy hạnh phúc và hài lòng. Tôi có thời gian để tận hưởng niềm vui sướng trong không gian yên bình của mình, ở đó thậm chí không khí cũng có cảm giác trong lành và sạch sẽ; có thời gian để ngồi xuống nhấp từng ngụm trà thảo mộc và ngẫm nghĩ về cuộc đời. Khi nhìn xung quanh, tôi dừng lại ở bức tranh mua ở nước ngoài mà tôi đặc biệt yêu thích và chiếc bình cắm hoa tươi đặt ở một góc phòng. Mặc dù không lớn nhưng không gian sống của tôi thực sự tao nhã với chỉ những thứ như thể đang trò chuyện với tâm hồn tôi. Lối sống của tôi mang lại niềm vui cho tôi như thế đó.

Bạn cũng thích sống như thế phải không?

Điều này dễ thôi, ngay khi bạn biết cách xếp đặt ngôi nhà của bạn trở nên gọn gàng, ngăn nắp.

2

Đầu tiên, hãy biết từ bỏ

Hãy bắt đầu bằng việc từ bỏ, đừng chậm trễ

Bạn nghĩ mình đã dọn dẹp xong hết mọi thứ, nhưng chỉ sau vài ngày, bạn thấy phòng mình lại trở nên bừa bộn như cũ. Theo thời gian, bạn có thêm nhiều đồ vật và trước khi kịp nhận ra, không gian của bạn đã quay trở lại tình trạng trước đó. Hiệu ứng trở lại trạng thái cũ này là do dọn dẹp nửa vời. Như tôi đã đề cập ở trên, chỉ có một cách duy nhất để thoát khỏi vòng xoáy tiêu cực này, đó là dọn dẹp hiệu quả trọn vẹn một lần, nhanh chóng hết mức có thể, để tạo ra môi trường ngăn nắp hoàn hảo. Nhưng làm thế nào để có được tư duy đúng đắn trong việc này?

Khi dọn dẹp triệt để không gian của mình, bạn làm biến chuyển cảnh quan xung quanh bạn. Sự thay đổi này dễ nhận ra tới mức bạn sẽ cảm thấy như thể mình đang sống trong một thế giới hoàn toàn khác. Sự thay đổi này tác động sâu sắc tới tâm trí bạn và gợi ra sự ác cảm mạnh mẽ không muốn trở lại với tình trạng bừa bộn trước kia. Nó cũng tạo ra sự thay đổi đột ngột đến mức khiến bạn thay đổi toàn bộ cảm xúc của mình. Tác động tương tự có thể không bao giờ đạt được nếu quá trình diễn ra một cách từ từ.

Để đạt được sự thay đổi đột ngột như thế, bạn cần sử dụng phương pháp dọn dẹp hiệu quả nhất. Nếu không thì trước khi bạn nhận ra, thời điểm đó đã trôi qua và bạn thì không có được tiến triển nào. Càng mất nhiều thời gian, bạn càng cảm thấy mệt mỏi, và càng có nhiều khả năng bạn sẽ từ bỏ khi mới chỉ đi được nửa quãng đường. Khi mọi thứ lại tiếp tục chồng đống lên, bạn sẽ rơi vào vòng xoáy tuột dốc. Theo kinh nghiệm của tôi, "nhanh" có nghĩa là khoảng nửa năm. Dường như đó là một khoảng thời gian dài, nhưng lại chỉ là sáu tháng trong toàn bộ cuộc đời bạn. Ngay khi quá trình này hoàn thành và bạn được trải nghiệm thế nào là sự ngăn nắp hoàn hảo, bạn sẽ mãi mãi thoát khỏi quan niệm sai lầm cho rằng bạn không giỏi việc dọn dẹp.

Để có những kết quả tốt nhất, tôi đề nghị bạn kiên định tuân theo nguyên tắc sau: dọn dẹp theo thứ tự đúng. Như chúng ta đã biết, chỉ có hai nhiệm vụ mà thôi – từ bỏ đồ dùng và quyết định xem nên cất đồ dùng ở đâu. Chỉ có hai nhiệm vụ như vậy, nhưng việc từ bỏ đồ dùng phải được thực hiện trước tiên. Hãy đảm bảo hoàn thành xong nhiệm vụ đầu tiên trước khi bắt tay vào nhiệm vụ thứ hai. Thậm chí đừng nghĩ đến việc thu dọn đồ đạc cho đến khi bạn kết thúc quá trình từ bỏ. Không thể tuân theo thứ tự này là một lí do khiến nhiều người không bao giờ có được sự tiến triển bền vững. Đang tiến hành từ bỏ đồ đạc, họ lại nghĩ về việc nên cất đồ đạc ở đâu. Ngay khi họ nghĩ: "Không biết nó có vừa với chiếc ngăn kéo này không", công việc từ bỏ đồ đạc sẽ bị ngưng trệ. Bạn có thể nghĩ về nơi cất giữ đồ đạc khi bạn đã kết thúc việc từ bỏ mọi thứ mà bạn không cần.

Tóm lại, bí quyết thành công là hãy dọn dẹp chỉ trong một lần, nhanh chóng và triệt để nhất có thể, và hãy bắt đầu bằng việc từ bỏ đồ đạc.

Trước khi bắt đầu, hãy hình dung đích đến

Cho đến lúc này chắc bạn đã hiểu tại sao việc từ bỏ đồ dùng trước khi nghĩ về nơi cất giữ lại có ý nghĩa quan trọng đến vậy. Thế nhưng bắt đầu từ bỏ đồ đạc mà không suy tính từ trước sẽ chỉ đẩy bản thân vào chỗ thất bại thậm chí trước cả khi bắt đầu. Thay vào đó, hãy bắt đầu bằng việc xác định mục tiêu của bạn. Chắc hẳn phải có lí do khiến bạn đọc cuốn sách này. Có phải nó chính là lí do đã thúc đẩy bạn phải dọn dẹp không? Bạn hi vọng đạt được điều gì thông qua việc dọn dẹp?

Trước khi bắt đầu bỏ bớt đồ đạc đi, bạn hãy dành thời gian suy nghĩ cặn kẽ về việc này. Điều này có nghĩa là hình dung về cuộc sống lí tưởng mà bạn hằng mong ước. Nếu bạn bỏ qua bước này, không chỉ toàn bộ quá trình bị trì hoãn mà nguy cơ cao là mọi thứ sẽ trở lại trạng thái cũ. Những mục tiêu như "tôi không muốn sống bừa bộn nữa" hoặc "tôi muốn mình có thể thu dọn mọi thứ" là những mục tiêu quá rộng. Bạn cần suy nghĩ cụ thể hơn nữa. Hãy nghĩ đến những từ cụ thể tới mức mà bạn có thể hình dung rõ ràng về một cuộc sống trong không gian ngăn nắp sẽ như thế nào.

Một khách hàng nữ tuổi đôi mươi xác định giấc mơ của cô ấy là "một lối sống nữ tính hơn". Cô ấy sống trong một căn phòng bừa bộn rộng khoảng 3 x 4m – có một chiếc tủ liền tường và ba chiếc giá kích cỡ khác nhau. Căn phòng này lẽ ra có đủ không gian cất giữ đồ đạc, nhưng dù nhìn hướng nào, tất cả những gì tôi thấy chỉ là sự lộn xộn. Chiếc tủ đồ đầy đến mức không thể đóng lại được, còn quần áo lòi ra từ các ngăn kéo như thể phần ruột chìa ra ngoài chiếc bánh kẹp. Thanh treo rèm cửa ở phía trên cửa sổ mắc nhiều quần áo tới mức chẳng cần tới rèm cửa nữa. Sàn và giường phủ kín những chiếc rổ và túi đựng đầy tạp chí, tài liệu. Khi đi ngủ, cô ấy chuyển những thứ trên giường xuống sàn và khi thức dậy, cô ấy lại chuyển chúng lên giường để lấy lối đi ra cửa đi làm. Lối sống của cô ấy chắc chắn không thể gọi là "nữ tính" cho dù người ta có cố hình dung thế nào chăng nữa.

Tôi hỏi: "Bạn nghĩ thế nào về một 'lối sống nữ tính'?" Cô ấy suy nghĩ hồi lâu trước khi trả lời:

"À, nghĩa là khi tôi đi làm về, sàn nhà sẽ không còn bừa bộn... và phòng của tôi sẽ sạch sẽ, gọn gàng như phòng khách sạn, không còn bất cứ thứ gì làm mắt mình vướng bận. Tôi sẽ có ga giường màu hồng và chiếc đèn kiểu cổ màu trắng. Trước khi đi ngủ, tôi sẽ tắm, đốt dầu thơm và nghe những bản nhạc piano hay violin cổ điển khi tập yoga và uống trà thảo mộc. Tôi sẽ chìm vào giấc ngủ với cảm giác thoải mái thư nhàn."

Mô tả của cô ấy sống động như thể cô ấy thực sự đang sống theo cách đó. Để có thể mô tả chi tiết như thế, điều quan trọng là bạn cần mường tượng lối sống lí tưởng của mình và viết ra giấy. Nếu thấy khó khăn, không thể vẽ ra bức tranh về lối sống mà mình mong muốn, bạn hãy thử xem những cuốn tạp chí về trang trí nội thất và tìm ra những hình ảnh đúng ý mình. Tham quan những ngôi nhà trưng bày cũng là một cách hữu ích. Việc xem xét những ngôi nhà khác nhau sẽ giúp bạn cảm nhận được về điều mình thích. Người khách hàng mà tôi vừa nêu ở trên thực sự thích phương pháp trị liệu bằng hương thơm sau khi tắm, âm nhạc cổ điển và yoga. Để thoát khỏi tình trạng lộn xộn, cô ấy muốn tìm kiếm lối sống nữ tính mà mình hằng khao khát.

Giờ đây khi bạn có thể hình dung rõ ràng về lối sống mà mình ao ước, vậy thì đã đến lúc để chuyển sang việc từ bỏ đồ đạc hay chưa? Không, chưa đâu. Tôi hiểu là bạn đã mất kiên nhẫn, nhưng để ngăn tình trạng trở lại trạng thái cũ, bạn cần tiến lên chính xác từng bước từng bước một khi bắt tay thực hiện sự kiện một lần duy nhất trong đời. Bước tiếp theo là xác định tại sao bạn muốn sống như vậy. Hãy xem lại những ghi chép của bạn về lối sống mà bạn mong muốn và suy nghĩ lần nữa. Tại sao bạn muốn sử dụng phương pháp trị liệu bằng hương thơm trước khi ngủ? Tại sao bạn muốn nghe nhạc cổ điển khi tập yoga? Nếu câu trả lời là "vì tôi muốn thư giãn trước khi ngủ" và "tôi muốn tập yoga để giảm cân", thì hãy tiếp tục tự hỏi tại sao mình muốn thư giãn và tại sao mình muốn giảm cân. Có thể câu trả lời của bạn sẽ là "tôi không muốn mệt mỏi khi đi làm vào ngày hôm sau" và "tôi muốn ăn kiêng để trở nên xinh đẹp hơn". Tự hỏi "Tại sao?" lần nữa với mỗi câu trả lời trên. Lặp lại quá trình này từ ba đến bốn lần cho mỗi mong muốn của bạn.

Khi tiếp tục khám phá những lí do đằng sau lối sống lí tưởng của mình, bạn sẽ có được sự nhận thức đơn giản. Điểm chung cho cả việc từ bỏ lẫn việc giữ lại đồ đạc đó là cảm giác vui vẻ. Điều này dường như là hiển nhiên, nhưng quan trọng là bạn cần trải nghiệm nhận thức này vì chính mình và để nó ngấm vào trong tim. Trước khi bắt đầu dọn dẹp, hãy xem xét lối sống mà bạn khao khát và tự hỏi: "Tại sao tôi muốn dọn dẹp?" Khi tìm ra câu trả lời, bạn đã sẵn sàng tiến tới bước tiếp theo: kiểm tra những thứ mà bạn sở hữu.

Cách lựa chọn: nó có mang lại niềm vui không?

Bạn sử dụng tiêu chuẩn nào khi quyết định vứt bỏ thứ gì đó đi?

Có một số cách thức chung cho việc từ bỏ đồ đạc. Ví dụ, người ta sẽ bỏ vật dụng khi chúng ngừng hoạt động vì bị vỡ hỏng không thể sửa chữa hoặc có một linh kiện nào đó bị hỏng hóc. Một lí do khác là khi chúng hết hạn sử dụng, chẳng hạn quần áo không còn hợp mốt hoặc những thứ liên quan tới một sự kiện đã qua. Thật dễ để bỏ đi vật dụng khi có một lí do hiển nhiên. Chúng ta sẽ thấy khó khăn hơn nhiều khi không có một lí do bắt buộc nào cả. Những chuyên gia khác đã đưa ra các tiêu chí để từ bỏ những thứ mà người ta thấy khó từ bỏ. Những tiêu chí này gồm các nguyên tắc như "từ bỏ bất cứ thứ gì mà bạn không dùng đến trong vòng 1 năm", và "nếu bạn không thể quyết định, hãy đóng những thứ đó vào trong một cái thùng và 6 tháng sau hãy xem lại chúng." Tuy nhiên, thời điểm mà bạn bắt đầu tập trung vào *cách thức* lựa chọn thứ gì để bỏ đi, thực sự bạn đã đi chệch hướng. Trong tình huống này, đây là rủi ro cực lớn khiến cho bạn ngừng dọn dẹp.

Từng có lúc trong đời, tôi gần như một "chiếc máy nghiền rác". Sau khi phát hiện ra cuốn sách *Nghệ thuật từ bỏ* lúc 15 tuổi, mọi sự chú ý của tôi tập trung vào cách từ bỏ đồ dùng và những nỗ lực tìm hiểu của tôi ngày một gia tăng. Tôi luôn luôn tìm kiếm những chỗ mới để thực hành, như phòng của anh chị em trong nhà hoặc các kho cất dụng cụ ở trường. Đầu tôi chứa đầy những mẹo dọn dẹp, và tôi đã hoàn toàn tin tưởng, cho dù sai lầm, rằng mình có thể dọn dẹp bất cứ nơi nào.

Mục tiêu của tôi lúc đó là từ bỏ nhiều nhất có thể. Tôi áp dụng mọi tiêu chí trong những cuốn sách mà tôi đọc về việc giảm bớt vật dụng. Tôi thử bỏ những quần áo mà tôi không mặc trong hai năm qua, từ bỏ một thứ mỗi khi tôi mua thứ gì mới và vứt đi bất thứ gì mà tôi cảm thấy không chắc về nó. Trong vòng một tháng, tôi đã vứt đi 30 túi rác. Nhưng dù bỏ đi nhiều đến thế nào, tôi vẫn không cảm thấy phòng nào trong nhà mình trở nên ngăn nắp, gọn gàng hơn.

Thực tế là tôi thấy mình đi mua sắm chỉ để giải tỏa nỗi căng thẳng và cảm thấy khổ sở vì thất bại trong việc giảm bớt những thứ mà mình sở hữu. Ở nhà, tôi luôn bồn chồn, liên tục để mắt đến những thứ không cần thiết có thể vứt đi. Khi phát hiện thứ gì không dùng đến, tôi sẽ vồ lấy đầy căm thù và vứt nó vào sọt rác. Không ngạc nhiên khi tôi ngày càng trở nên cáu kỉnh và căng thẳng, cảm thấy không thể nào thoải mái thậm chí ngay cả khi ở nhà mình.

Một ngày nọ sau khi từ trường về, tôi mở cửa phòng mình để bắt đầu dọn dẹp như thường lệ. Nhìn vào không gian vẫn chưa ngăn nắp ấy, cuối cùng tôi cũng không thể kiềm chế cảm xúc. "Mình không muốn dọn dẹp gì nữa!" Tôi khóc. Ngồi xuống giữa phòng, tôi bắt đầu suy nghĩ. Tôi đã dành ba năm dọn dẹp và từ bỏ vật dụng, nhưng vẫn cảm thấy phòng mình bừa bộn. *Ai đó làm ơn nói cho tôi biết tại sao phòng tôi vẫn không ngăn nắp trong khi tôi đã tốn bao công sức vì nó!* Mặc dù không nói to điều đó, nhưng trong tim mình tôi thực sự đang hét lên. Vào khoảnh khắc đó, tôi nghe thấy một giọng nói.

"Hãy nhìn gần hơn nữa vào những thứ ở đó."

Có ý gì vậy? Tôi nhìn mọi thứ ở đây hàng ngày gần đến mức chúng có thể bị thủng lỗ vì cái nhìn của tôi. Với ý nghĩ đó vẫn nguyên trong đầu, tôi nhanh chóng ngủ gục ngay trên sàn. Nếu khi đó tôi sáng suốt hơn một chút thôi thì lẽ ra tôi đã phải thừa nhận rằng trước đây tôi trở nên lo lắng thái quá khi tập trung vào mỗi việc vứt bỏ những thứ có thể mang lại nỗi buồn. Tại sao vậy? Bởi vì chúng ta nên lựa chọn những thứ mà mình muốn giữ lại, chứ không phải là những thứ chúng ta muốn bỏ đi.

Khi thức dậy, ngay lập tức tôi biết giọng nói cất lên trong đầu tôi muốn nói gì. *Hãy nhìn gần hơn nữa vào những thứ ở đó.* Tôi đã quá tập trung vào những thứ cần từ bỏ, vào việc tấn công những chướng ngại vật không mong muốn quanh mình, mà quên đi việc trân trọng những thứ tôi yêu thích, những thứ mà tôi muốn giữ lại. Thông qua kinh nghiệm này, tôi đã đi đến kết luận rằng cách tốt nhất để lựa chọn những vật giữ lại và những vật bỏ đi là cầm từng thứ trong tay và hỏi: "Thứ này có mang lại niềm vui không?" Nếu có, hãy giữ nó. Nếu không, hãy vứt nó đi. Đây không chỉ là cách đơn giản nhất mà còn là tiêu chí đánh giá chính xác nhất.

Bạn có thể băn khoăn về tính hiệu quả của một tiêu chí mơ hồ như vậy, nhưng bí quyết chính là việc cầm lên từng thứ một. Đừng chỉ mở tủ quần áo và quyết định sau khi nhìn lướt qua mọi thứ trong đó. Bạn phải lấy từng trang phục ra và cầm trong tay. Khi bạn chạm vào một trang phục nào đó, cơ thể bạn sẽ phản ứng. Với mỗi trang phục, sự phản ứng lại khác nhau. Tin tôi đi và hãy thử xem.

Tôi lựa chọn tiêu chí này vì một lí do. Rốt cuộc, mấu chốt trong việc dọn dẹp là gì? Chính là để không gian của chúng ta và những thứ trong đó mang lại cho chúng ta niềm hạnh phúc. Do đó, tiêu chí đúng đắn nhất để lựa chọn giữ lại hay bỏ đi thứ gì là xem nó có khiến bạn hạnh phúc không, nó có mang lại cho bạn niềm vui không.

Bạn có hạnh phúc khi mặc những trang phục khiến mình cảm thấy không thoải mái không?

Bạn có cảm thấy vui khi vây quanh mình là hàng chồng sách chưa đọc và chúng không khiến cho trái tim bạn rung động?

Bạn có nghĩ việc sở hữu những phụ kiện mà bạn biết là mình sẽ không bao giờ dùng tới có thể mang lại hạnh phúc cho bạn?

Câu trả lời cho những câu hỏi này đều là "không".

Giờ đây hãy hình dung mình sống trong một không gian chỉ có những thứ mang lại niềm vui. Đó không phải là lối sống mà bạn hằng ao ước sao?

Hãy giữ lại những thứ khiến trái tim bạn lên tiếng. Sau đó hãy quyết tâm từ bỏ tất cả những thứ còn lại. Bằng cách làm như vậy, bạn có thể tái tạo cuộc sống của mình và bước vào một lối sống mới.

Phân loại vật dụng trong cùng một lúc

Quyết định giữ lại thứ gì dựa trên cơ sở nó có mang lại niềm vui cho bạn hay không là bước quan trọng nhất trong việc dọn dẹp. Thế nhưng những bước cụ thể cần làm để loại bỏ hiệu quả sự thừa thãi là gì?

Trước hết hãy nói về những điều không nên làm. Đừng bắt đầu lựa chọn và từ bỏ dựa trên vị trí. Đừng nghĩ "Tôi sẽ dọn dẹp phòng ngủ trước rồi tới phòng khách" hoặc "Tôi sẽ rà soát từng cái ngăn kéo một từ trên xuống". Phương pháp này thực sự tai hại. Tại sao ư? Bởi vì, như chúng ta đã biết, hầu hết mọi người không cất giữ những thứ tương tự ở cùng một chỗ.

Trong phần lớn các gia đình, những thứ cùng loại được cất giữ ở hai hoặc ba chỗ rải rác trong nhà. Ví dụ, bạn bắt đầu với tủ quần áo hoặc tủ đồ trong phòng ngủ. Sau khi hoàn thành việc phân loại và từ bỏ mọi thứ trong đó, bạn tình cờ phát hiện quần áo mà bạn cất trong một tủ đồ khác hoặc một chiếc áo choàng vắt trên ghế ở phòng khách. Và rồi bạn sẽ phải lặp lại toàn bộ quá trình lựa chọn và cất giữ, lãng phí thời gian và công sức, và bạn không thể xử lí chính xác những thứ mà bạn muốn giữ lại và bỏ đi trong hoàn cảnh này. Sự lặp lại và công sức bỏ phí có thể làm thui chột động lực, và do đó là điều cần phải tránh.

Vì lí do này, tôi khuyên bạn cần nghĩ tới việc dọn dẹp dựa trên sự phân loại, chứ không dựa trên vị trí. Trước khi chọn giữ lại thứ gì, hãy thu thập tất cả những thứ cùng loại. Hãy gom đến vật cuối cùng và xếp tất cả vào một chỗ. Để cụ thể, chúng ta hãy trở lại với ví dụ về quần áo. Bạn bắt đầu bằng việc quyết định sẽ sắp xếp và thu dọn quần áo. Bước tiếp theo là kiểm tra mọi căn phòng trong nhà. Mang tất cả quần áo tìm thấy để vào một chỗ và trải chúng ra sàn. Sau đó cầm từng chiếc lên và xem nó có mang lại niềm vui không. Chỉ giữ lại những quần áo mang lại niềm vui. Hãy tuân theo trình tự này với từng nhóm quần áo. Nếu có quá nhiều quần áo, bạn có thể chia nhỏ như quần áo phần trên, phần dưới, bít tất,... và kiểm tra từng nhóm nhỏ trong cùng một thời điểm.

Gom mọi thứ cùng loại vào cùng một chỗ là yếu tố cơ bản đối với quá trình này bởi nó giúp bạn nắm bắt chính xác số lượng mà bạn có. Hầu hết mọi người cảm thấy choáng váng vì số lượng nhiều khủng khiếp, thường thì ít nhất cũng gấp hai lần số lượng mà họ hình dung. Bằng cách thu thập mọi thứ vào một chỗ, bạn còn có thể so sánh những thứ tương tự về thiết kế, nhờ đó sẽ dễ dàng hơn khi bạn quyết định có muốn giữ chúng lại hay không.

Tôi còn có một lí do chính đáng nữa để lấy hết tất cả những thứ cùng loại ra khỏi ngăn kéo, tủ quần áo và tủ đồ rồi trải chúng ra sàn. Những vật bị cất khuất tầm mắt có nguy cơ ngủ yên không được dùng đến. Tình trạng này khiến bạn khó có thể quyết định xem chúng có mang lại niềm vui hay không. Bằng cách phơi bày chúng ra ánh sáng ban ngày và lay chúng tỉnh giấc, bạn sẽ rất dễ dàng đánh giá xem chúng có khiến trái tim mình rung động hay không.

Giải quyết từng nhóm một trong một khoảng thời gian riêng rẽ sẽ đẩy nhanh quá trình dọn dẹp. Vì vậy hãy đảm bảo rằng bạn đang gom tất cả những thứ cùng loại. Đừng bỏ sót bất cứ thứ gì chỉ vì bạn không chú ý.

Khởi đầu đúng

Bạn bước vào ngày mới với tinh thần dọn dẹp hăng hái, nhưng đến khi mặt trời sắp lặn, bạn hầu như mới chỉ xử lí được chút ít khối lượng vật dụng sở hữu của mình. Bạn chìm trong cảm giác tự oán trách bản thân và thất vọng. Và bạn đang cầm thứ gì trong tay? Thường thì đó là một trong những cuốn truyện tranh ưa thích, một cuốn album hoặc thứ gì đó gợi lại cho bạn những kỉ niệm vui vẻ.

Lời khuyên của tôi là hãy bắt đầu dọn dẹp không phải theo từng phòng mà bằng cách phân loại, gom mọi thứ vào một chỗ, điều này không có nghĩa là bạn nên bắt đầu bằng bất kì nhóm vật dụng nào mà bạn thích. Mức độ khó khăn trong việc lựa chọn nên giữ và bỏ thứ gì sẽ khác nhau tùy vào từng nhóm vật dụng. Những người mắc kẹt nửa chừng luôn luôn gặp phải tình trạng này bởi họ bắt đầu với những thứ khiến họ khó có thể đưa ra quyết định nhất. Những thứ khơi gợi lại kỉ niệm, như tranh ảnh, không phải sự khởi đầu tốt cho những người mới bắt đầu. Không phải chỉ vì số lượng những vật thuộc nhóm này luôn lớn hơn những nhóm khác, mà còn bởi nó khiến bạn khó quyết định được nên giữ lại chúng hay không.

Ngoài giá trị về vật chất, còn có ba yếu tố khác cộng thêm giá trị cho những vật sở hữu của bạn: chức năng, thông tin và cảm xúc. Khi cộng thêm cả yếu tố hiếm có của đồ vật, mức độ khó khăn trong việc lựa chọn bỏ đi thứ gì nhân lên gấp bội. Những người gặp khó khăn trong việc từ bỏ vật dụng là do chúng vẫn có thể đang được sử dụng (giá trị sử dụng), chứa đựng thông tin hữu ích (giá trị thông tin) và có những mối gắn kết về tình cảm (giá trị cảm xúc). Khi những thứ này khó có được hoặc khó thay thế (độ hiếm), thì càng khó có thể vứt bỏ chúng đi.

Quá trình quyết định xem nên giữ thứ gì và bỏ thứ gì sẽ diễn ra suôn sẻ hơn nhiều nếu bạn bắt đầu với những đồ vật mà bạn có thể dễ dàng ra quyết định. Khi sau đó dần dần xử lí tới những nhóm khó hơn, bạn sẽ từng bước cải thiện được kĩ năng ra quyết định của mình. Quần áo là những thứ dễ dàng nhất bởi giá trị hiếm có của chúng cực kì thấp. Ngược lại, tranh ảnh và thư từ không chỉ có giá trị cảm xúc cao mà còn là một loại đặc biệt; do đó nên để chúng lại sau cùng. Đặc biệt điều này đúng với những bức ảnh bởi chúng có xu hướng ngẫu nhiên xuất hiện trong khi bạn đang phân loại những nhóm khác và xuất hiện ở những nơi không mong đợi nhất, chẳng hạn nằm giữa những cuốn sách hoặc giấy tờ tài liệu. Thứ tự tốt nhất là: quần áo, sau đó đến sách vở, giấy tờ, đồ tạp loại, cuối cùng là những vật có giá trị tình cảm và vật kỉ niệm. Thứ tự này cũng chứng minh là hữu hiệu nhất xét về mức độ khó khăn đối với nhiệm vụ cất giữ. Cuối cùng, việc bám sát thứ tự này sẽ giúp mài giũa trực giác trong việc nhìn nhận những vật gợi nên niềm vui trong chúng ta. Nếu có thể đẩy nhanh tiến độ của quá trình ra quyết định chỉ bằng cách thay đổi thứ tự của những thứ mà bạn sẽ vứt bỏ, vậy bạn có nghĩ đáng để thử hay không?

Đừng cho gia đình biết

Cuộc marathon dọn dẹp sẽ sinh ra cả một đống rác. Trong hoàn cảnh này, một thảm họa có nguy cơ xảy ra còn khốc liệt hơn cả động đất, đó là việc kết nạp một chuyên gia thu gom đồ phế thải có bí danh là "mẹ".

Một trong các khách hàng của tôi, tôi gọi cô ấy là "M", sống cùng bố mẹ và một người em. 15 năm trước họ chuyển tới sống ở căn nhà đó khi M vẫn đang học tiểu học. Không chỉ yêu thích mua sắm quần áo, cô ấy còn giữ gìn những trang phục có giá trị tình cảm, chẳng hạn đồng phục học sinh và những chiếc áo phông từng dùng cho những sự kiện khác nhau. Cô ấy cất tất cả chúng vào trong những chiếc thùng và xếp thành đống trên sàn cho tới khi sàn nhà hoàn toàn không còn chỗ trống nào nữa. Phải mất đến 5 tiếng đồng hồ để phân loại và dọn dẹp số quần áo đó. Tới cuối ngày, cô ấy lọc được 15 túi đồ bỏ đi, bao gồm 8 túi quần áo, 200 cuốn sách, các loại đồ chơi và đồ thủ công mà cô ấy từng làm ở trường. Chúng tôi xếp gọn tất cả số túi đó cạnh cửa và cuối cùng cũng có thể nhìn thấy được sàn nhà. Khi đó tôi sắp sửa giải thích về một điểm rất quan trọng.

"Bạn nên biết một bí quyết về việc từ bỏ đống rác này," tôi chỉ mới bắt đầu thì cửa mở và mẹ cô ấy cầm khay trà lạnh bước vào. Tôi nghĩ thầm: "Ôi, *trời ơi.*"

Mẹ cô ấy đặt cái khay lên bàn. "Cảm ơn cháu rất nhiều vì đã giúp con gái cô", bà nói và quay trở ra. Đúng lúc đó, mắt bà dừng lại ở đống túi cạnh cửa. "Ôi, con định vứt nó đi à?", bà nói, chỉ vào chiếc chiếu tập yoga màu hồng nằm trên đỉnh đống rác.

"Hai năm nay con không dùng đến nó nữa rồi."

"Thế à? Nhưng có thể mẹ sẽ dùng đến nó đấy." Bà bắt đầu lục lọi hết các túi rác. "Ồ, và có thể cả cái này nữa." Khi rời đi, bà ấy không chỉ lấy chiếc chiếu tập yoga mà còn cả ba chiếc váy, hai chiếc áo choàng, hai chiếc áo khoác và vài thứ văn phòng phẩm nữa.

Khi căn phòng yên tĩnh trở lại, tôi nhấp từng ngụm trà lạnh và hỏi M: "Mẹ cô có hay tập yoga không?"

"Tôi chưa bao giờ thấy mẹ tôi tập tành gì cả."

Điều mà tôi định nói trước khi mẹ cô ấy bước vào chính là như vậy. "Đừng để cho gia đình cô biết điều gì đang diễn ra ở đây. Rốt cuộc là nếu có thể, hãy tự mình vứt các túi rác đi. Cô không cần cho gia đình mình biết cụ thể là cô đã vứt đi những thứ gì."

Tôi đặc biệt khuyến nghị các khách hàng nên tránh cho bố mẹ và các thành viên khác trong gia đình biết việc đang làm. Chuyện này không có gì đáng phải hổ thẹn cả. Việc dọn dẹp không có gì sai. Tuy nhiên, các ông bố bà mẹ đặc biệt cảm thấy căng thẳng khi thấy những thứ mà con cái mình vứt bỏ. Số lượng bỏ đi lớn có thể khiến bố mẹ họ cảm thấy lo lắng không biết con mình có thể sống được với những thứ còn lại không. Ngoài ra, mặc dù biết rằng nên cảm thấy vui vì sự độc lập và trưởng thành của con cái, nhưng các bậc cha mẹ có thể cảm thấy đau khổ khi thấy quần áo, đồ chơi và vật kỉ niệm ngày xưa nằm trong đống rác, đặc biệt là những thứ mà họ đã tặng cho con mình. Hãy chú ý giữ cho đống rác của bạn ngoài tầm mắt của cha mẹ. Việc này cũng giúp gia đình bạn không đòi hỏi nhiều hơn những thứ họ cần hoặc những thứ có thể khiến họ vui vẻ. Cho tới thời điểm đó, gia đình bạn vốn hoàn toàn hài lòng với những gì họ có. Khi thấy những gì mà bạn chọn ra để bỏ đi, họ có thể cảm thấy đó là một sự lãng phí, nhưng những thứ mà họ lấy lại từ đống đồ bỏ đi của bạn sẽ chỉ làm tăng thêm số lượng những vật không cần thiết trong nhà. Và chúng ta *nên* cảm thấy hổ thẹn vì đã buộc họ phải chịu đựng gánh nặng đó.

Trong hầu hết các trường hợp, người mẹ sẽ lấy lại những đồ vật bỏ đi của con gái, nhưng hiếm khi các bà mẹ sẽ mặc những trang phục mà họ đã lấy lại. Những người phụ nữ trong độ tuổi 50 và 60 tôi từng tiếp xúc cuối cùng đều vứt bỏ những thứ truyền lại cho con gái mà họ chưa từng một lần mặc đến. Tôi nghĩ chúng ta nên tránh tạo ra những tình huống mà trong đó sự yêu quý của người mẹ trở thành gánh nặng cho con gái. Tất nhiên, chẳng có gì sai khi những thành viên khác trong gia đình thực sự cần dùng những thứ mà bạn không cần nữa. Nếu bạn sống chung với gia đình, trước khi dọn dẹp bạn có thể hỏi họ: "Bố/mẹ/anh/chị/em có cần thứ gì và định mua nó hay không?" và sau đó nếu bạn tình cờ có đúng thứ mà họ cần, hãy tặng cho họ như một món quà.

Nếu bạn phát điên với gia đình thì nguyên nhân có thể do phòng của bạn

"Cho dù tôi có dọn dẹp đi chăng nữa thì mọi người trong nhà sẽ lại khiến mọi thứ bừa bộn trở lại mà thôi."

"Chồng tôi là người ưa tích trữ. Làm sao tôi có thể nói anh ấy vứt bỏ đồ đạc đi được cơ chứ?"

Mọi chuyện có thể trở nên phiền toái nếu gia đình không hợp tác với bạn trong nỗ lực tạo dựng ngôi nhà "lí tưởng". Trước đây tôi đã nhiều lần trải qua chuyện này. Có lúc tôi mê mải với việc dọn dẹp tới mức thu dọn phòng riêng cũng chưa đủ, tôi còn dọn cả phòng của anh trai, em gái và mọi chỗ khác trong nhà. Thế rồi tôi mau chóng cảm thấy thất vọng vì sự bừa bộn của cả gia đình. Nguyên nhân chính khiến tôi mệt lả là chiếc tủ cất đồ chung nằm ở chính giữa ngôi nhà. Đối với tôi, hơn một nửa không gian trong tủ được dùng để cất những đồ tạp nham vô dụng không cần thiết. Những chiếc giá ken dày những trang phục mà tôi chưa bao giờ thấy mẹ mặc một lần và những bộ đồ của bố rõ ràng là đã quá lỗi thời. Những chiếc thùng đựng truyện tranh của em gái tôi thì che kín cả sàn nhà.

Tôi đợi đến đúng thời điểm và gặp từng người để hỏi: "Mẹ/bố/em không dùng thứ này nữa phải không?" Nhưng câu trả lời luôn là: "Có chứ" hoặc "Mẹ/bố/em sẽ tự vứt nó đi", và rồi họ chẳng bao giờ làm thế. Mỗi lần nhìn vào tủ đồ đó, tôi lại phàn nàn: "Tại sao mọi người cứ tích lũy những thứ này? Có phải cả nhà không thấy là mình đang vất vả thế nào để giữ cho nhà cửa được ngăn nắp?"

Hoàn toàn ý thức được rằng mỗi khi đề cập tới chuyện dọn dẹp thì tôi lại là một kẻ dị thường, cho nên tôi sẽ không để họ đánh bại. Khi nỗi thất vọng lên tới cực độ, tôi quyết định sử dụng những cách thức lén lút. Tôi xác định những thứ không được dùng đến nhiều năm, đánh giá kích cỡ của chúng, số lượng bụi bám trên chúng và mùi bốc ra từ chúng. Tôi sẽ chuyển chúng vào sâu phía trong tủ và quan sát điều gì diễn ra. Nếu không ai để ý là chúng biến mất, tôi sẽ tống khứ chúng, mỗi lần một thứ, như kiểu tỉa lá cây vậy. Sau ba tháng áp dụng chiến thuật này, tôi đã bỏ đi được 10 túi rác.

Trong hầu hết các trường hợp, không ai biết điều gì đang diễn ra và cuộc sống bình thường cứ thế trôi đi. Nhưng khi số lượng đồ dùng giảm tới một mức nào đó, mọi người bắt đầu nhớ ra một hoặc hai thứ gì đó. Khi họ trở tay vào tôi, tôi đáp lại khá thản nhiên. Chiến thuật cơ bản của tôi là chơi trò tảng lờ.

"Này, con có biết chiếc áo khoác của bố đi đâu rồi không?"

"Không ạ."

Nếu họ ép thêm nữa, bước tiếp theo của tôi là phủ nhận.

"Marie này, con có chắc là con không vứt nó đi đấy chứ?"

"Vâng, con không vứt đâu ạ."

"Ồ. Ừm, mẹ băn khoăn không biết giờ nó ở chỗ nào."

Nếu lúc đó họ dừng lại, kết luận của tôi sẽ là cho dù đó là thứ gì đi nữa thì nó cũng không đáng để giữ lại. Nhưng nếu họ không còn bị tôi phỉnh phờ nữa, tôi vẫn không hề bối rối.

"Mẹ biết nó từng ở chỗ này, Marie à. Mới hai tháng trước chính mắt mẹ còn trông thấy nó."

Không xin lỗi vì đã bỏ chúng đi mà không xin phép, tôi đáp lại: "Con đã vứt nó hộ cho mẹ đấy vì mẹ không thể tự vứt nó đi được."

Hồi tưởng lại, tôi phải thừa nhận là khi đó mình khá ngạo mạn. Có lần bị lộ, tôi đã phải chịu một trận trách mắng dữ dội, và cuối cùng tôi bị cấm dọn dẹp bất kì nơi nào ngoại trừ phòng của chính mình. Nếu có thể được, tôi sẽ trở lại quá khứ để cho mình một cái bạt tai và đảm bảo là mình thậm chí không nghĩ tới một chiến dịch lố bịch như vậy. Vứt bỏ những vật sở hữu của người khác mà không được phép là sự thiếu đạo đức một cách đáng buồn. Mặc dù những cách thức lén lút như thế nhìn chung đã thành công và mọi người không bao giờ nhớ tới những thứ đã bị vứt bỏ, nhưng nguy cơ đánh mất lòng tin của gia đình khi bạn bị phát hiện là rất lớn. Bên cạnh đó, đó không phải là cách làm đúng đắn. Nếu bạn thực sự muốn gia đình bắt tay vào dọn dẹp, có một cách dễ dàng hơn nhiều để đạt được điều đó.

Sau khi bị cấm dọn dẹp không gian của người khác và chẳng còn chỗ nào ngoài phòng của mình, tôi đã quan sát phòng mình cẩn thận và phát hiện ra một thực tế đáng kinh ngạc. Trước đây tôi không nhận thấy là vẫn còn rất nhiều thứ cần phải bỏ đi – một chiếc áo sơ mi trong tủ quần áo mà tôi không bao giờ mặc cùng với một chiếc váy lỗi thời nên tôi không mặc nữa, và những cuốn sách trên giá mà tôi biết là mình không cần. Tôi choáng váng nhận ra là mình đã phạm phải đúng điều mà trước đây tôi đã kêu gào buộc gia đình phải làm. Không còn đứng ở vị thế của người đi chỉ trích nữa, tôi ngồi xuống với những túi rác và tập trung vào việc dọn dẹp không gian của chính mình.

Sau khoảng hai tuần, sự thay đổi bắt đầu diễn ra trong gia đình tôi. Anh trai tôi vốn từ chối vứt bỏ bất cứ thứ gì cho dù tôi phàn nàn cỡ nào thì nay bắt đầu phân loại toàn bộ vật dụng của anh ấy. Trong một ngày, anh tôi đã bỏ đi hơn 200 cuốn sách. Sau đó bố mẹ và em gái tôi cũng dần dần bắt đầu phân loại và bỏ bớt quần áo và các đồ phụ kiện. Cuối cùng, cả gia đình đã có thể giữ cho ngôi nhà trở nên ngăn nắp hơn trước rất nhiều.

Cần mẫn lặng lẽ từ bỏ những thứ dư thừa thực sự là cách tốt nhất để giải quyết với một gia đình không ngăn nắp. Như thể bị lôi cuốn theo tấm gương của tôi, họ sẽ bắt đầu loại bỏ những vật sở hữu không cần thiết và bắt tay vào dọn dẹp mà không cần bạn phải gắt gỏng phàn nàn một lời nào. Nghe có vẻ khó tin, nhưng khi người ta bắt đầu dọn dẹp thì cũng là lúc chuỗi phản ứng diễn ra.

Âm thầm dọn dẹp đồ dùng của mình tạo ra một sự thay đổi thú vị khác – đó là khả năng biết khoan dung trước sự bừa bộn nhất định của các thành viên khác trong gia đình. Khi đã hài lòng với phòng của mình, tôi không còn cảm thấy nôn nóng muốn vứt bỏ những thứ thuộc sở hữu của anh trai, em gái hay của bố mẹ nữa. Khi nhận thấy những không gian chung như phòng khách hoặc phòng tắm bừa bộn, không chút nghĩ ngợi tôi sẽ lau dọn và không bao giờ bực bội nhắc đến chuyện đó. Tôi cũng nhận thấy sự thay đổi tương tự diễn ra với nhiều khách hàng của mình.

Nếu bạn bực mình với gia đình vì họ không ngăn nắp, gọn gàng, tôi muốn bạn hãy kiểm tra phòng mình đi đã, đặc biệt là nơi cất giữ đồ dùng của mình. Hẳn là bạn sẽ thấy còn có những thứ cần phải bỏ đi. Sự nôn nóng muốn chỉ ra lỗi bừa bộn của người khác luôn luôn là dấu hiệu cho thấy bạn đang xao lãng việc chăm sóc không gian của chính mình. Do đó bạn nên bắt đầu bằng việc từ bỏ đồ dùng của mình trước tiên. Bạn có thể dọn dẹp những không gian chung của gia đình sau cùng. Bước đầu tiên là hãy xử lí đồ dùng của chính bạn.

Thứ mà bạn không cần, gia đình bạn cũng không cần

Em gái tôi nhỏ hơn tôi 3 tuổi. Trầm lặng, có phần nhút nhát, nó thích ở trong nhà để vẽ hoặc đọc sách hơn là ra ngoài chơi đùa với bè bạn. Không nghi ngờ gì, nó là nạn nhân thường xuyên phải chịu đựng những nghiên cứu về dọn dẹp của tôi. Cho tới khi là sinh viên, mối quan tâm của tôi vẫn tập trung vào "việc từ bỏ", nhưng luôn luôn có những thứ khiến tôi khó có thể bỏ đi, chẳng hạn chiếc áo phông mà tôi thực sự thích nhưng nó trông không còn đẹp nữa. Không thể tự mình vứt đi, tôi sẽ thử mặc hoặc đeo món đồ đó hết lần này tới lần khác, đứng trước gương ngắm nghía, nhưng cuối cùng buộc phải kết luận là nó không còn hợp với tôi nữa. Nếu nó còn mới, hoặc là món quà của bố mẹ, thì ý nghĩ vứt bỏ nó khiến tôi cảm thấy thực sự có lỗi.

Vào những lúc như thế, cô em gái thật là hữu ích. Phương pháp "quà tặng cho em gái" dường như là cách hoàn hảo để từ bỏ những thứ như vậy. Khi nói tới "quà tặng", ý tôi không phải là gói nó lại như một món quà – còn lâu mới được như vậy. Cầm trong tay đồ dùng không thích nữa, tôi sẽ đột nhập vào phòng em gái khi nó đang mãn nguyện nằm trên giường đọc sách. Rút cuốn sách ra khỏi tay nó, tôi nói: "Em muốn chiếc áo phông này không? Chị sẽ cho em nếu em thích." Nhìn mặt nó ngẩn ra, tôi sẽ bồi thêm đòn cuối cùng. "Nó còn mới và thực sự đáng yêu đấy. Nhưng nếu em không cần, chị sẽ vứt nó đi. Có chắc là em không cần nó không?"

Cô em gái hiền lành, đáng thương của tôi không còn cách nào khác đành phải nói: "Em nghĩ là em sẽ lấy nó ạ."

Em gái tôi vốn không hay mua sắm, và chuyện tặng quà xảy ra với nó thường xuyên đến mức tủ quần áo của nó bị nhồi nhét như muốn bung ra. Mặc dù nó có mặc vài chiếc quần áo mà tôi cho, nhưng vẫn còn quá nhiều quần áo mà nó có lẽ chỉ mặc đúng một lần. Thế nhưng tôi vẫn tiếp tục "tặng quà" cho em gái. Dẫu sao thì chúng vẫn là những chiếc quần áo tốt và tôi nghĩ là nó sẽ vui vì có thêm nhiều nữa. Tôi chỉ nhận ra mình sai lầm đến mức nào cho đến khi tôi bắt đầu hành nghề tư vấn và gặp một khách hàng mà tôi gọi là "K".

K là cô gái tuổi độ đôi mươi, làm việc cho một công ty mỹ phẩm và sống cùng gia đình. Khi chúng tôi phân loại quần áo, tôi bắt đầu nhận thấy có gì đó khác lạ trong các lựa chọn của cô ấy. Mặc dù thực tế là cô ấy sở hữu số quần áo có thể chứa đầy một chiếc tủ cỡ trung bình nhưng số lượng quần áo mà cô ấy chọn giữ lại ít đến mức bất thường. Với câu hỏi "Thứ này có mang lại niềm vui hay không?", câu trả lời của cô ấy hầu như luôn luôn là "Không". Sau khi cảm ơn từng đồ vật vì đã hoàn thành bổn phận, tôi sẽ chuyển chúng cho cô ấy để loại bỏ. Tôi không thể không chú ý tới vẻ mặt nhẹ nhõm của cô ấy mỗi khi bỏ một thứ đồ vào túi rác. Xem xét kĩ càng hơn những thứ giữ lại, tôi thấy những chiếc quần áo mà cô ấy giữ hầu hết là quần áo thông thường chẳng hạn như những chiếc áo phông, trong khi những thứ mà cô ấy vứt bỏ lại thuộc một phong cách hoàn toàn khác – những chiếc váy bó và những chiếc áo hở hang khêu gợi. Khi tôi hỏi về những quần áo đó, cô ấy nói: "Chị gái cho tôi những quần áo đó." Sau khi tất cả quần áo được phân loại và cô ấy đã có quyết định cuối cùng, cô ấy than thở: "Nhìn xem. Quanh tôi toàn những thứ mà tôi không thích." Những thứ quần áo mà chị cô truyền lại chiếm tới hơn 1/3 tủ quần áo của cô, nhưng hầu như chẳng có thứ nào khiến cô cảm thấy thích thú. Mặc dù có thể là cô đã mặc chúng bởi chúng là quần áo mà chị gái cho, nhưng cô không bao giờ thích chúng.

Với tôi, chuyện này đúng là bi kịch. Và đây không phải là trường hợp cá biệt. Trong công việc của mình, tôi nhận thấy số lượng quần áo mà những cô em gái vứt bỏ luôn luôn lớn hơn số lượng quần áo bỏ đi của những người chị, hiện tượng này chắc chắn có liên quan tới thông lệ là những người em thường phải mặc quần áo được anh chị truyền lại. Có hai nguyên nhân lí giải tại sao những cô em gái có xu hướng thu thập những trang phục mà họ thực sự không thích. Đầu tiên là vì họ khó có thể vứt bỏ những thứ nhận được của gia đình. Nguyên nhân nữa là họ thực sự không biết mình thích gì, điều này khiến họ khó lòng quyết định được có nên vứt bỏ hay không. Vì nhận được quá nhiều quần áo từ người khác, họ không thực sự cần phải mua sắm và do đó ít có cơ hội phát triển bản năng nhận thức thứ gì thực sự mang lại niềm vui.

Đừng hiểu nhầm tôi nhé. Việc tặng cho người khác những thứ mà bạn không dùng nữa có thể là một ý tưởng tuyệt vời. Không chỉ mang tính tiết kiệm, nó còn có thể là niềm vui sướng vô bờ khi thấy những đồ dùng đó được người thân của mình yêu thích và cất giữ. Nhưng sẽ mất đi ý nghĩa nếu buộc các thành viên trong gia đình phải nhận chúng chỉ vì bạn không thể tự mình vứt bỏ chúng. Cho dù nạn nhân là anh chị em ruột, cha mẹ hoặc con cái, thì tập quán này cũng cần bị hủy bỏ. Mặc dù em gái tôi không bao giờ phàn nàn, tôi chắc rằng nó đã phải chịu đựng những cảm xúc lẫn lộn khó tả khi chấp nhận những thứ của tôi truyền lại. Về cơ bản, đơn giản là tôi đang chuyển giao cho em mình cái cảm giác có lỗi khi phải từ bỏ chúng. Khi nhớ lại, tôi thấy có phần hổ thẹn vì đã làm như vậy.

Nếu bạn muốn cho thứ gì, đừng buộc người khác nhận nó vô điều kiện hoặc ép họ bằng cách khiến họ có cảm giác có lỗi nếu không nhận. Thay vào đó, trước hết hãy tìm ra thứ mà họ thích, và nếu bạn thấy có thứ gì phù hợp với các tiêu chí trên, thì chỉ sau đó bạn mới nên đem nó cho họ. Bạn cũng có thể đề nghị sẽ tặng nó cho họ với điều kiện nó chính là thứ mà họ sẽ sẵn sàng bỏ tiền ra mua. Chúng ta cần suy nghĩ cho người khác để giúp họ tránh phải hứng chịu gánh nặng sở hữu nhiều hơn những gì mà họ cần hoặc thích thú.

Dọn dẹp là cách đối thoại với bản thân

"KonMari à, cô có muốn tới đây và đứng dưới thác nước không?"

Lời mời trên là của một khách hàng nữ. Ở tuổi 74, bà vẫn là một nhà quản lí doanh nghiệp hoạt bát, đam mê trượt tuyết và đi bộ đường dài. Hơn 10 năm nay, bà thực hành thiền định dưới dòng nước chảy và dường như thực sự thích thú với hoạt động này. Có lần ngẫu nhiên bà nói: "Tôi đến thác nước đây", cứ như thể bà sắp tới suối nước khoáng vậy. Kết quả là, nơi mà bà ấy đưa tôi đến không phải là chỗ cho một chuyến đi có tính giới thiệu cho người mới nhập môn. Rời phòng khách sạn lúc 6 giờ sáng, chúng tôi đi bộ dọc theo con đường trong núi, trèo qua các hàng rào và lội qua một con sông nước chảy xiết ngang đầu gối, cho tới khi cuối cùng cũng tới được ngọn thác hoang sơ.

Nhưng tôi không nói tới chuyện này chỉ vì muốn giới thiệu một hình thức giải trí khác thường. Thay vào đó, thông qua trải nghiệm này, tôi nhận thấy có sự tương đồng đáng kể giữa việc thiền định dưới dòng thác và việc dọn dẹp. Khi đứng dưới một dòng thác, âm thanh duy nhất bạn có thể nghe được là tiếng gầm của nước. Khi dòng thác xối liên tục lên cơ

thể, cảm giác mệt nhọc lập tức biến mất và trạng thái
Tê mê lan tỏa. Sau đó bạn cảm nhận được hơi nóng
từ bên trong tỏa ra và bạn bước vào trạng thái nhập
định. Mặc dù trước đó tôi chưa bao giờ thử qua hình
thức thiền định này, nhưng cảm giác mà nó tạo ra
dường như vô cùng quen thuộc. Nó gần như điều mà
tôi trải nghiệm khi đang dọn dẹp. Trong một trạng
thái không hẳn là thiền định, có những lúc trong
khi dọn dẹp, tôi đã có thể giao tiếp lặng lẽ với chính
mình. Công việc xem xét cẩn thận từng vật sở hữu
để biết liệu chúng có khơi gợi niềm vui trong mình
hay không giống như việc đối thoại với chính mình
thông qua phương tiện trung gian là các vật sở hữu.

Vì lí do này, điều quan trọng là hãy tạo ra không
gian tĩnh lặng để có thể đánh giá những sự vật trong
cuộc đời bạn. Lí tưởng là bạn thậm chí không nên
nghe nhạc. Đôi khi tôi nghe nói về những phương
pháp khuyên nên dọn dẹp trong khi nghe một bản
nhạc lôi cuốn, nhưng về phần mình, tôi không
khuyến khích điều này. Tôi cảm thấy tiếng động sẽ
khiến cuộc đối thoại nội tâm giữa người chủ và
những vật sở hữu trở nên khó khăn hơn. Tất nhiên,
nghe ti vi cũng vậy. Nếu bạn cần một thứ âm thanh
nào đó để thư giãn, hãy chọn nhạc nền không lời
hoặc những giai điệu rõ ràng. Nếu bạn muốn có

thêm động lực cho việc dọn dẹp, hãy tăng ánh sáng trong phòng thay vì dựa vào âm nhạc.

Thời điểm tốt nhất để bắt đầu dọn dẹp là vào sáng sớm. Không khí buổi sáng trong lành giúp tâm trí minh mẫn và nhận thức sắc bén. Vì lí do này, hầu hết các buổi học của tôi đều vào buổi sáng. Buổi học sớm nhất mà tôi từng dạy bắt đầu vào lúc 6 rưỡi sáng và chúng tôi có thể dọn dẹp với tốc độ gấp hai lần bình thường. Cảm giác minh mẫn, sảng khoái có được sau khi đứng dưới thác nước có thể gây nghiện. Tương tự, khi bạn kết thúc việc sắp xếp không gian của mình trở nên ngăn nắp, gọn gàng, bạn sẽ bị cuốn vào cảm giác muốn làm lại lần nữa. Và, không giống như việc thiền định dưới thác nước, phải đi cả quãng đường dài, vượt qua địa hình khó khăn để đến được đó. Bạn có thể tận hưởng cảm giác tương tự ngay ở nhà mình. Cũng đặc biệt đấy chứ?

Điều nên làm khi không thể vứt bỏ thứ gì

Tiêu chí của tôi trong việc quyết định giữ lại một vật đó là chúng ta nên cảm nhận được niềm vui khi chạm tay vào nó. Nhưng bản chất của con người là cưỡng lại việc phải vứt bỏ thứ gì đó đi ngay cả khi chúng ta biết là nên làm thế. Những thứ mà chúng ta không thể tự mình vứt bỏ cho dù chúng không mang lại niềm vui quả thực là một vấn đề cần xem xét.

Sự đánh giá của con người có thể được chia thành hai loại chính: trực giác và duy lí. Khi phải lựa chọn thứ gì cần bỏ đi, cách đánh giá duy lí sẽ gây rắc rối. Mặc dù trực giác cho ta biết vật đó không hấp dẫn ta, nhưng lí lẽ lại nêu lên mọi thứ lập luận để không từ bỏ nó, chẳng hạn "Biết đâu sau này mình lại cần đến nó" hoặc "Vứt nó đi thì thật là lãng phí". Những suy nghĩ như thế cứ rối bời trong tâm trí, khiến ta không thể bỏ nó đi.

Không phải tôi đang cố khẳng định việc do dự là sai. Việc không thể ra quyết định cho thấy mức độ gắn bó nhất định của ta với một vật nào đó. Cũng không phải là mọi quyết định đều chỉ dựa vào trực giác. Nhưng chính vì vậy, chúng ta cần xem xét cẩn thận từng thứ một và không để bị xao lãng với những suy nghĩ về sự lãng phí.

Khi bạn tình cờ gặp phải thứ gì khó có thể bỏ đi, trước hết hãy xem xét cẩn thận lí do tại sao bạn lại có nó. Bạn có nó khi nào và sau đó nó có ý nghĩa như thế nào với bạn? Hãy đánh giá lại vai trò của nó trong cuộc đời bạn. Ví dụ, nếu bạn có trang phục nào đó đã mua nhưng không bao giờ mặc, hãy kiểm tra cùng lúc từng chiếc một. Bạn đã mua trang phục đó ở đâu và tại sao lại mua nó? Nếu bạn mua nó vì nhìn nó bắt mắt trong cửa hàng, vậy thì nó đã hoàn thành chức năng cảm xúc vào thời điểm bạn mua nó. Tại sao bạn không bao giờ mặc nó? Có phải là vì bạn nhận thấy nó không hợp với bạn khi bạn thử nó ở nhà? Nếu vậy, và nếu bạn không mua thêm những trang phục cùng loại hoặc cùng màu, thì chứng tỏ nó đã hoàn thành một chức năng quan trọng khác – nó đã dạy cho bạn biết về những thứ không hợp với bạn. Trên thực tế, thứ quần áo cụ thể đó đã hoàn thành vai trò của nó trong cuộc đời bạn và bạn có thể thoải mái nói rằng: "Cảm ơn bạn đã mang đến cho tôi niềm vui khi tôi mua bạn" hoặc "Cảm ơn bạn đã dạy cho tôi biết những gì không hợp với tôi", và bỏ nó đi.

Mỗi đồ vật đều đóng một vai trò khác nhau. Không phải tất cả quần áo đến với bạn đều sẽ được mặc đến khi xác xơ. Với con người cũng vậy. Không phải tất cả những người mà bạn gặp trong đời đều sẽ trở thành bạn thân hoặc người yêu. Bạn sẽ thấy có vài người khó kết bạn hoặc thực sự khó ưa. Nhưng họ cũng dạy cho bạn bài học quý giá về những người mà bạn thích, nhờ đó bạn sẽ càng trân trọng những người mà mình yêu quý.

Khi bạn tình cờ gặp một thứ mà bạn không thể vứt bỏ, hãy suy nghĩ cẩn thận về mục đích thực sự của nó trong cuộc đời bạn. Bạn sẽ ngạc nhiên nhận thấy có rất nhiều vật sở hữu của mình đã hoàn thành bổn phận của chúng. Bằng cách thừa nhận sự đóng góp của chúng và bỏ chúng đi với sự trân trọng, bạn sẽ có thể sắp xếp những vật mà bạn sở hữu, và cả cuộc đời bạn nữa, trở nên trật tự. Cuối cùng, tất cả những gì còn lại sẽ là những thứ bạn thực sự quý trọng.

Để thực sự yêu quý những thứ quan trọng với mình, trước hết bạn phải từ bỏ những thứ đã tồn tại lâu hơn mục đích ban đầu của chúng. Vứt bỏ những thứ bạn không cần đến nữa không phải là sự lãng phí hoặc việc gì đáng hổ thẹn. Liệu bạn có thể thành thực nói rằng bạn vẫn quý trọng những thứ mà bạn đã cất sâu chôn chặt trong tủ đồ hoặc ngăn kéo đến mức bạn đã quên mất sự tồn tại của chúng? Nếu đồ vật có cảm xúc, chắc chắn chúng sẽ không vui. Hãy giải phóng chúng khỏi chốn ngục tù mà bạn đã giam hãm chúng. Hãy giúp chúng thoát khỏi hòn đảo hoang vu mà bạn đã đày ải chúng. Hãy để chúng đi, với sự trân trọng. Không chỉ bạn mà cả những đồ vật của bạn cũng sẽ cảm thấy sảng khoái khi bạn hoàn tất công việc dọn dẹp.

3

Dọn dẹp bằng cách phân loại

Dọn dẹp theo thứ tự
Tuân theo thứ tự đúng trong việc phân loại

Cánh cửa mở ra sau tiếng "cách", và người phụ nữ bên trong nhìn ra có vẻ lo âu. "Xin chào". Các khách hàng của tôi hầu như luôn có chút căng thẳng vào lần đầu tiên tôi tới thăm nhà họ. Sự căng thẳng này không còn bắt nguồn từ sự e dè nữa mà từ nhu cầu cố gắng đối mặt với một thử thách quan trọng.

"Cô có nghĩ là nhà tôi có thể thực sự dọn dẹp ngăn nắp được không? Ở đây thậm chí chẳng còn chỗ nào để cô đặt chân nữa."

"Tôi không biết làm sao để có thể thực sự dọn dẹp triệt để chỉ trong một thời gian ngắn như thế."

"Cô nói là không một khách hàng nào của cô từng phải chịu cảnh trở lại trạng thái cũ. Nhưng liệu tôi có phải là người đầu tiên không?"

Hầu hết họ đều hết sức kích động, nhưng tôi biết chắc rằng tất cả bọn họ sẽ ổn cả thôi. Ngay cả những người bản chất là lười nhác hoặc bừa bộn, thậm chí những người kế thừa sự nhếch nhác của nhiều thế hệ trước hoặc những người cực kì bận rộn, tất cả đều có thể học dọn dẹp đúng cách nếu họ sử dụng Phương pháp KonMari.

Hãy để tôi chia sẻ một bí mật. Hãy khiến việc dọn dẹp nhà cửa gọn gàng trở thành một thú vui! Quá trình xử lí những cảm xúc về đồ đạc mà bạn sở hữu, xác định những thứ nào đã hoàn thành mục đích của chúng, thể hiện thái độ của bạn và từ bỏ chúng thực sự là một quá trình để kiểm tra cái tôi nội tại trong bạn, một nghi lễ để chuyển sang một cuộc sống mới. Thước đo cho sự đánh giá chính là trực giác của bạn về sự hấp dẫn của vật sở hữu, và do đó không cần tới những lí thuyết phức tạp hoặc các số liệu. Tất cả những gì bạn cần làm là tuân theo thứ tự đúng. Vì vậy, hãy trang bị cho mình thật nhiều túi rác và sẵn sàng cho một quá trình lí thú.

Hãy bắt đầu với trang phục, sau đó tới sách vở, tài liệu, đồ tạp loại và cuối cùng là những thứ có giá trị về tinh thần. Nếu giảm bớt các vật sở hữu theo thứ tự này, công việc của bạn sẽ tiến triển hết sức dễ dàng. Bằng cách bắt đầu với những vật dụng dễ đánh giá và để những thứ khó đánh giá nhất sau cùng, bạn có thể dần dần cải thiện các kĩ năng ra quyết định của mình, vì thế đến khi kết thúc, mọi chuyện dường như trở nên đơn giản.

Đối với nhóm đầu tiên – trang phục, tôi khuyên bạn nên phân chia thành các nhóm nhỏ để công việc hiệu quả hơn:

- Phần trên (áo sơ mi, áo len dài tay, v.v.)
- Phần dưới (quần dài, váy, v.v.)
- Quần áo nên treo trên giá (áo khoác, áo măng tô, com lê, v.v.)
- Tất
- Đồ lót
- Túi xách, v.v.
- Đồ phụ trợ (khăn quàng, thắt lưng, mũ nón, v.v.)
- Quần áo cho dịp đặc biệt (đồ bơi, đồng phục, v.v.)
- Giày dép

Và, đúng vậy, tôi cũng coi túi xách và giày dép là trang phục.

Tại sao đây lại là thứ tự tối ưu? Thực sự tôi không biết chắc tại sao lại thế, nhưng dựa trên kinh nghiệm mà tôi có được sau nửa cuộc đời dành cho việc dọn dẹp, tôi có thể nói với bạn chắc chắn một điều là nó hiệu quả! Hãy tin tôi. Nếu bạn tuân theo thứ tự này, bạn sẽ đẩy nhanh được tiến độ và nhanh chóng đạt được những kết quả đáng kinh ngạc. Hơn nữa, vì bạn sẽ chỉ giữ lại những gì mà bạn thực sự yêu thích, cho nên năng lượng và niềm vui của bạn sẽ gia tăng. Cơ thể bạn có thể mệt mỏi, nhưng cảm giác tuyệt vời khi rũ bỏ được những thứ không cần thiết sẽ khiến bạn thấy khó mà dừng việc dọn dẹp được.

Tuy nhiên, điều quan trọng là quyết định nên giữ lại thứ gì. Thứ gì sẽ mang lại cho bạn niềm vui nếu bạn giữ chúng lại như một phần trong cuộc sống của mình? Hãy cầm chúng lên như thể bạn đang xem xét những món đồ mà bạn yêu mến trong gian trưng bày ở cửa hàng ưa thích của bạn. Ngay khi bạn đã nắm được những nguyên tắc cơ bản, hãy xếp tất cả các trang phục lại thành một đống, dùng tay lấy chúng ra từng chiếc một và tự thầm hỏi: "Thứ này có mang lại niềm vui?" Và như thế lễ hội dọn dẹp của bạn bắt đầu.

Trang phục

Hãy đặt lên sàn tất cả các trang phục có trong nhà

Bước đầu tiên là kiểm tra tất cả các tủ quần áo, tủ đồ và ngăn kéo trong nhà, tiếp đó gom tất cả các trang phục của bạn vào một chỗ. Đừng bỏ sót một chiếc tủ hay ngăn kéo nào. Hãy đảm bảo rằng bạn đã gom tới trang phục cuối cùng. Khi các khách hàng của tôi nghĩ là họ đã xong, tôi luôn hỏi họ câu hỏi này: "Bạn có chắc là không còn trang phục nào sót lại trong nhà đấy chứ?" Rồi tôi nói thêm: "Nếu có trang phục nào mà sau này bạn tìm thấy. Thì chúng sẽ tự động nằm vào đống đồ bỏ đi." Tôi cho họ biết là tôi nói hoàn toàn nghiêm túc. Tôi không có ý định cho họ giữ lại bất cứ thứ gì được tìm thấy sau khi việc phân loại đã hoàn thành. Câu trả lời của họ luôn là: "Ồ, chờ đã nhé. Tôi nghĩ có thể còn thứ gì đó trong tủ quần áo của chồng tôi", hoặc "À! Có lẽ tôi còn treo thứ gì đó ở hành lang", tiếp sau đó là lần sục sạo cuối cùng trong nhà và một vài thứ nữa lại được thêm vào đống trang phục.

Nguyên lí cơ bản này nghe hơi giống với hệ thống rút tiền tự động ra khỏi tài khoản để thanh toán hóa đơn tại ngân hàng, nhưng khi các khách hàng của tôi biết có một thời hạn cụ thể, họ sẽ lục tìm trí nhớ một lần nữa bởi họ không muốn mất trang phục nào đó mà chưa có cơ hội để quyết định xử lí thế nào với chúng. Tôi hiếm khi phải thật sự thực hiện đe dọa của mình, nếu ai đó không nhớ được một thứ gì vào thời điểm này thì chứng tỏ nó không đem lại niềm vui, và do đó tôi sẽ không khoan nhượng. Ngoại lệ duy nhất là những trang phục đang ở nơi giặt ủi.

Khi tất cả trang phục đã được gom lại, thì riêng đống trang phục thân trên đã luôn cao tới tận gối rồi. Thuật ngữ "trang phục thân trên" bao gồm quần áo dùng theo mùa từ áo phông, coóc-xê cho tới áo len dệt kim. Số lượng trung bình cho đống trang phục đầu tiên này là vào khoảng 160 chiếc. Đương đầu với chướng ngại đầu tiên này trong quá trình dọn dẹp, phần lớn mọi người đều bị choáng ngợp trước số lượng lớn quần áo mà họ sở hữu. Vào lúc này, tôi thường nói: "Hãy bắt đầu với những trang phục đã qua mùa sử dụng." Tôi có lí do chính đáng để lựa chọn trang phục đã qua mùa sử dụng cho lần thử sức đầu tiên của họ trong "lễ hội dọn dẹp" này. Đó là nhóm dễ phân loại nhất để đánh thức trực giác về cảm nhận của họ.

Nếu bắt đầu với quần áo vẫn đang sử dụng, các khách hàng của tôi có thể sẽ nghĩ: "Nó không gợi niềm vui nhưng tôi chỉ vừa mới mặc nó ngày hôm qua", hoặc "Nếu tôi không còn bộ quần áo nào để mặc, vậy thì tôi biết phải làm sao?" Điều này khiến họ thấy càng khó đưa ra một quyết định khách quan. Bởi quần áo đã qua mùa sử dụng không cần dùng đến ngay lập tức cho nên sẽ dễ dàng hơn nhiều trong việc áp dụng các tiêu chuẩn đơn giản để đánh giá xem chúng có mang lại cho bạn niềm vui hay không. Tôi gợi ý bạn nên đặt câu hỏi này khi phân loại quần áo đã qua mùa sử dụng: "Tôi có còn muốn trông thấy trang phục này vào mùa tới hay không?" Hoặc, nói lại lần nữa: "Tôi có muốn mặc lại nó ngay khi nhiệt độ đột nhiên thay đổi hay không?"

"Tôi có muốn thấy nó nữa không? Ờ, không hẳn..." Nếu đó chính điều bạn cảm thấy thì hãy quẳng nó đi. Và nếu bạn đã mặc nó quá nhiều trong mùa trước, đừng quên bày tỏ sự cảm kích của bạn. Có thể bạn lo sợ rằng mình sẽ không còn quần áo mặc nếu sử dụng tiêu chuẩn đánh giá này. Đừng lo lắng. Có thể bạn đã bỏ đi rất nhiều trang phục, nhưng miễn là bạn đang chọn giữ lại những chiếc quần áo khiến bạn hài lòng, thì bạn sẽ có đủ số lượng mà bạn cần.

Ngay khi bạn đã thành thạo kĩ năng lựa chọn thứ mà mình yêu thích, bạn có thể chuyển sang xử lí các nhóm nhỏ thuộc nhóm trang phục đúng mùa. Những điểm quan trọng nhất cần ghi nhớ: hãy đảm bảo là bạn đã gom hết mọi trang phục trong nhà và xem xét từng chiếc một.

Quần áo mặc trong nhà

Giáng cấp thành "quần áo mặc trong nhà" là điều cấm kị

Việc vứt bỏ thứ gì đó khi nó vẫn hoàn toàn có thể sử dụng được dường như là một sự lãng phí, đặc biệt nếu như chính bạn là người đã mua nó. Trong những trường hợp như thế, các khách hàng của tôi thường hỏi tôi là họ có thể giữ lại những trang phục mà họ sẽ không bao giờ mặc khi đi ra ngoài nữa và sử dụng chúng như quần áo mặc trong nhà được không. Nếu tôi nói "được" thì chồng quần áo mặc trong nhà sẽ không ngừng lớn lên mà không làm giảm bớt chút nào tổng số quần áo của họ.

Nói như vậy là vì tôi phải thừa nhận rằng chính tôi từng có lúc làm điều tương tự với những chiếc quần áo mà tôi biết là mình sẽ không bao giờ mặc chúng khi đi ra ngoài nữa. Áo len đan đã sờn, áo choàng và váy cũ không còn phù hợp hoặc là tôi không bao giờ mặc chúng nữa – trước đây tôi cũng thói quen giáng cấp những dạng quần áo như vậy thành "đồ mặc ở nhà" thay vì bỏ chúng đi. Thế nhưng mười lần thì có đến chín lần tôi không bao giờ mặc lại chúng nữa.

Tôi sớm phát hiện ra rằng nhiều khách hàng của mình cũng có những bộ sưu tập "quần áo mặc ở nhà" nằm im trong tủ. Khi hỏi tại sao lại không mặc chúng, câu trả lời là: "Tôi không thấy thoải mái khi mặc chúng", hoặc "Có vẻ phí phạm nếu mặc nó ở nhà trong khi nó là đồ để mặc khi đi ra ngoài", hoặc "Tôi không thích nó", v.v.. Nói cách khác, rốt cuộc thì những thứ quần áo vô dụng này không thực sự là đồ mặc trong nhà. Giáng cấp thành đồ mặc trong nhà chỉ là sự trì hoãn đối với việc phải loại bỏ những quần áo không mang lại niềm vui. Có những cửa hiệu chuyên bán đồ mặc trong nhà, và mẫu mã, chất liệu cũng như đường may đều nhằm đáp ứng cho sự thoải mái. Tất nhiên, đồ mặc trong nhà là một loại hoàn toàn khác so với loại quần áo chúng ta mặc ra đường. Những chiếc áo phông chất vải cotton chắc chắn là loại trang phục phục phổ biến nhất được tái sử dụng trong nhóm đồ mặc ở nhà.

Đối với tôi, có vẻ không đúng nếu như chúng ta giữ lại ở trong nhà những trang phục không còn khiến mình thoải mái nữa. Khoảng thời gian ở nhà luôn là một phần quý giá của cuộc sống. Giá trị đó không nên thay đổi chỉ bởi không ai thấy chúng ta đang làm gì. Do đó, bắt đầu từ ngày hôm nay, hãy từ bỏ thói quen giáng cấp trang phục không còn thích nữa thành đồ mặc ở nhà. Sự lãng phí thực sự không phải là ở chỗ từ bỏ những trang phục ta không thích, mà là mặc chúng cho dù ta đang cố gắng tạo ra một không gian cho lối sống lí tưởng của mình. Chính vì không ai ở đó để có thể thấy bạn làm gì nên bạn càng cần phải có ý thức hơn về việc củng cố hình ảnh bản thân bằng cách mặc những trang phục mà mình yêu thích.

Điều tương tự cũng đúng với những bộ pyjama. Nếu bạn là phụ nữ, hãy mặc thứ gì đó nữ tính hoặc thanh lịch như quần áo ngủ. Điều tệ nhất mà bạn có thể làm đó là mặc một bộ đồ thể thao nhếch nhác. Thỉnh thoảng tôi lại bắt gặp những người ăn mặc như vậy vào bất kì lúc nào, kể cả khi thức dậy hay vẫn còn đang ngủ. Nếu đồ thể thao là trang phục hàng ngày của bạn thì cuối cùng trông bạn như thể lệ thuộc vào chúng, chứ không hề hấp dẫn chút nào. Thứ bạn mặc trong nhà sẽ tác động đến hình ảnh bản thân của bạn.

Cất giữ quần áo

Gập đúng cách và giải quyết những vấn đề về việc cất giữ

Sau khi kết thúc quá trình lựa chọn, các khách hàng của tôi luôn giữ lại chỉ khoảng 1/3 hoặc 1/4 số lượng quần áo ban đầu. Khi quần áo mà họ muốn giữ lại vẫn chồng thành đống giữa sàn nhà, đã đến lúc thu dọn chúng. Tuy nhiên, trước khi bắt đầu bước tiếp theo, hãy để tôi kể các bạn nghe một câu chuyện.

Tôi từng có một khách hàng gặp phải vấn đề mà ngay cả tôi cũng không hiểu nổi. Tuổi khoảng ngũ tuần và ở nhà nội trợ, bà ấy nói với tôi trong suốt cuộc phỏng vấn ban đầu rằng tủ quần áo trong nhà của bà không đủ để cất giữ hết tất cả số quần áo. Tuy nhiên, rõ ràng là bà ấy có riêng hai tủ quần áo, hơn nữa chúng còn lớn gấp rưỡi tủ bình thường và thêm một chiếc khung treo với ba giá treo chật quần áo.

Quá kinh ngạc, tôi ước lượng sơ bộ là bà ấy phải có đến hơn 2.000 chiếc quần áo trong tủ. Và chỉ khi tới thăm nhà bà ấy, tôi mới hiểu. Tôi không thể tin vào mắt mình khi mở chiếc tủ tường đựng quần áo. Nó giống như thể đống mắc áo ken dày ở nhà của thợ giặt. Những chiếc mắc treo khít nhau không chỉ có áo choàng và váy mà còn cả áo phông, áo len, túi, thậm chí là cả đồ lót.

Khách hàng của tôi lập tức giải thích cụ thể về bộ sưu tập mắc treo quần áo của mình. "Loại mắc áo này được thiết kế dành riêng cho hàng dệt kim giúp quần áo không bị tuột ra. Và chúng được làm thủ công. Tôi mua chúng ở Đức đấy." Sau 5 phút giải thích, bà ấy nhìn tôi, cười vui vẻ và nói: "Quần áo sẽ không bị nhàu nếu được treo lên. Và như thế chúng cũng sẽ bền hơn, phải không?" Tiếp tục hỏi chuyện, tôi còn phát hiện ra là bà ấy không gấp bất cứ thứ quần áo nào.

Có hai phương pháp cất giữ quần áo: thứ nhất mắc chúng vào mắc áo rồi treo lên giá và thứ hai là gấp chúng lại rồi cất trong ngăn kéo. Tôi có thể hiểu lí do tại sao người ta có thể bị hấp dẫn với việc treo quần áo. Dường như việc này mất ít công sức hơn. Tuy nhiên, tôi hết sức khuyến nghị rằng bạn nên gấp quần áo nhiều hơn. *Nhưng việc gấp quần áo và cất chúng vào ngăn kéo sẽ mất công sức. Lồng chúng vào mắc áo rồi treo vào tủ sẽ dễ dàng hơn nhiều.* Nếu đó là điều bạn đang nghĩ, thì chứng tỏ bạn chưa biết đến tác dụng thực sự của việc gấp quần áo.

Xét ở khía cạnh tiết kiệm không gian, treo quần áo không thể so sánh với gấp quần áo được. Mặc dù còn tùy thuộc vào độ dày của quần áo, nhưng bạn có thể cất được từ 20 cho tới 40 chiếc quần áo được gấp trong cùng một không gian cần có để treo 10 chiếc quần áo. Khách hàng mà tôi đã nói ở trên chỉ có nhiều quần áo hơn mức trung bình một chút thôi. Nếu gấp quần áo, bà ấy có lẽ đã không gặp phải vấn đề về không gian cất giữ. Bằng cách gấp quần áo thôi, bạn có thể giải quyết được hầu hết mọi vấn đề liên quan tới việc cất giữ.

Thế nhưng đó không phải là tác dụng duy nhất của việc gấp quần áo. Lợi ích thực sự ở chỗ bạn phải xử lí bằng tay với từng chiếc quần áo một. Khi bạn đưa tay mình lên bề mặt vải, bạn đã truyền năng lượng của mình vào nó. Trong tiếng Nhật, từ "chữa lành" là *"te-ate"*, nghĩa đen là "chạm tay vào". Thuật ngữ này bắt nguồn từ sự phát triển của y học hiện đại khi người ta tin rằng việc đặt tay lên vết thương sẽ thúc đẩy việc chữa lành. Chúng ta biết rằng sự tiếp xúc dịu dàng của cha mẹ, chẳng hạn việc cầm tay, xoa đầu và ôm ấp đứa trẻ, có tác dụng làm trẻ nhỏ cảm thấy an bình. Tương tự, một thông điệp êm ái và rõ ràng bằng bàn tay con người cũng làm cho các cơ khớp giãn ra hơn nhiều so với sự đấm bóp liên hồi của một cái máy. Năng lượng truyền từ tay người khác qua da thịt của chúng ta dường như có tác dụng chữa trị cả thể chất lẫn tâm hồn.

Điều tương tự cũng đúng đối với quần áo. Khi cầm quần áo trong tay và gấp chúng gọn gàng, thì chúng ta, đang truyền năng lượng, điều này có tác dụng tích cực tới quần áo của chúng ta. Gấp đúng cách sẽ khiến vải căng ra và loại bỏ nếp nhăn, giúp chất liệu vải bền chặt và dẻo dai hơn. Quần áo được gấp gọn gàng có sức đàn hồi và tươi mới mà người ta có thể nhận thấy ngay lập tức, khác hẳn so với những thứ quần áo bị lèn bừa bãi trong ngăn kéo. Việc gấp không phải chỉ là khiến quần áo được xếp vừa chặt trong ngăn kéo. Nó là một hành động chăm sóc, một biểu hiện của tình yêu và sự cảm kích vì quần áo đã giúp bạn tạo ra phong cách sống cho mình. Do đó, khi gấp quần áo, chúng ta cần đặt con tim mình vào từng hành động, cảm ơn quần áo vì chúng đã che chở cho cơ thể của chúng ta.

Ngoài ra, gấp quần áo sau khi chúng được giặt và phơi khô là dịp để chúng ta thực sự chú ý tới mọi chi tiết của chúng. Ví dụ, chúng ta có thể phát hiện ra những chỗ vải bị sờn hoặc nhận thấy một chiếc quần hay áo nào đó đang trở nên cũ mòn. Việc gấp thực sự là một hình thức đối thoại với tủ quần áo của chúng ta. Trang phục truyền thống của Nhật – kimono và yukata - luôn được gấp thành hình chữ nhật để có thể vừa khít trong những chiếc ngăn kéo được thiết kế riêng cho từng cỡ. Tôi không nghĩ là có bất kì nền văn hóa nào khác trên thế giới này mà những vật dụng dùng để cất giữ và trang phục lại vừa khít với nhau đến thế. Người Nhật nhanh chóng hiểu được cảm giác thư thái có được từ việc gấp quần áo, cứ như thể họ đã được lập trình từ trong gen di truyền để thực hiện công việc này vậy.

Cách gấp quần áo
Cách tốt nhất để gấp quần áo đẹp đẽ

Quần áo giặt xong thì cần được cất đi, nhưng đây là lúc nhiều người gặp vướng mắc nhất. Gấp quần áo dường như là việc tốn công sức, đặc biệt khi quần áo thể nào cũng được họ mặc lại ngay sau đó. Nhiều người không muốn bị phiền phức nên chẳng bao lâu sau họ có cả một đống quần áo trên sàn nhà. Họ sa vào một thói quen hàng ngày đó là lấy thứ gì đó ra khỏi đống quần áo dưới sàn để mặc trong khi đống quần áo ấy cứ ngày một lớn thêm, cuối cùng tràn ra chiếm lấy không gian còn lại trong phòng.

Nếu đây là tình trạng của bạn thì cũng đừng lo lắng. Không một khách hàng nào của tôi biết gấp quần áo đúng cách trước khi tham dự các lớp học của tôi. Trên thực tế, chỉ có rất ít người tuyên bố rằng phương châm của họ là không bao giờ gấp quần áo. Tôi từng mở những chiếc tủ lèn chặt quần áo như thể chúng vừa được đóng gói hút chân không và tôi cũng từng chứng kiến những chiếc ngăn kéo chứa đầy quần áo bị cuộn xoắn lại như sợi mì. Bạn sẽ nghĩ rằng các khách hàng của tôi chưa bao giờ biết đến từ "gấp" trong đời. Nhưng khi kết thúc khóa học của tôi, tất cả họ, không trừ một ai, đều nói với tôi là "gấp quần áo thật vui!"

Một trong các khách hàng của tôi, một cô gái tuổi độ đôi mươi, ghét việc gấp quần áo đến mức mẹ cô phải làm thay việc này cho cô. Tuy nhiên, sau khóa học của tôi, cô ấy trở nên yêu thích việc gấp quần áo và thậm chí còn dạy lại cho mẹ về cách gấp sao cho đúng. Ngay khi làm chủ được kĩ năng này, bạn sẽ thực sự thích làm công việc này hàng ngày và sẽ thấy nó là một kĩ năng có ích đối với phần còn lại của cuộc đời. Trên thực tế, đi hết đời người mà không biết cách gấp quần áo là một thiệt thòi to lớn.

Bước đầu tiên là bạn hãy hình dung bên trong ngăn kéo sẽ trông như thế nào sau khi bạn hoàn thành việc gấp quần áo. Mục đích là sắp xếp quần áo sao cho chỉ cần liếc qua là bạn có thể thấy mọi thứ, giống như bạn có thể thấy gáy của các cuốn sách trên giá vậy. Điều quan trọng trong việc cất giữ đồ vật đó là dựng thẳng chúng lên thay vì để chúng nằm bẹt ra. Vài người bắt chước các trưng bày trong cửa hàng, gấp từng chiếc quần áo thành một khối vuông rồi xếp chiếc nọ chồng lên trên chiếc kia. Đây là cách thức tuyệt vời để bày bán tạm thời trong các cửa hàng, nhưng không phải là điều mà chúng ta hướng tới để làm tại nhà, bởi vì khi ở nhà mối quan hệ của chúng ta với quần áo là trong suốt một thời gian dài.

Để cất giữ bằng cách dựng thẳng quần áo, thì chúng cần phải được tạo thành hình khối chắc chắn, có nghĩa là phải gấp nhiều hơn. Vài người tin rằng càng gấp nhiều thì quần áo càng dễ nhàu, nhưng điều đó không đúng. Số lần gấp một chiếc quần hay một chiếc áo không đồng nghĩa với số lực ép gây ra tình trạng nhàu. Thậm chí những chiếc quần áo được gấp nhẹ nhàng vẫn sẽ bị nhàu nếu chúng bị cất thành một đống bởi vì sức nặng của những chiếc quần áo khác dồn ép lên chúng. Hãy nghĩ về sự khác biệt giữa việc gấp một mảnh giấy so với việc gấp 100 mảnh giấy trong một lần. Khó có thể tạo ra nếp nhăn khi gập cả đống giấy chỉ một lần.

Ngay khi hình dung ra bên trong các ngăn kéo đựng sẽ như thế nào, bạn có thể bắt tay vào việc gấp quần áo. Mục đích là gấp từng chiếc quần áo một thành hình chữ nhật đơn giản, mềm mại. Trước tiên cầm chiều dài của quần áo gập vào chính giữa, sau đó gấp phần ống lại thành hình chữ nhật. Tiếp đó, cầm một đầu của hình chữ nhật và gập nó lại với đầu kia. Sau đó gập tiếp làm đôi hoặc làm ba. Số lần gập nên được điều chỉnh sao cho quần áo được gập khi dựng lên vừa bằng với chiều cao của ngăn kéo. Đó chính là nguyên tắc cơ bản. Nếu bạn thấy kết quả cuối cùng đã đúng về hình dạng nhưng quá lỏng và mềm để có thể dựng lên, đó là dấu hiệu cho thấy cách gấp của bạn không phù hợp với loại quần áo đó. Mỗi chiếc quần hay áo đều có đặc tính thỏa mãn riêng biệt – đó chính là cách gấp phù hợp nhất với nó. Cách gấp thay đổi tùy thuộc vào loại chất liệu và kích cỡ của quần áo, và do đó bạn sẽ cần điều chỉnh cách gấp của mình cho đến khi thấy nó phù hợp. Điều này không khó. Bằng cách điều chỉnh chiều cao khi gấp sao cho nó có thể dựng thẳng lên được, bạn sẽ dễ dàng đáp ứng được đặc tính thỏa mãn của quần áo.

Việc gấp thậm chí còn suôn sẻ hơn nếu bạn gấp chặt tay những thứ chất liệu mỏng và mềm, khiến nó thành hình chữ nhật cao và hẹp, và phức tạp hơn đối với những chất liệu dày bằng lông. Trong trường hợp một đầu của trang phục lại dày hơn đầu còn lại, thì khi gấp bạn nên nắm giữ đầu mỏng hơn. Không có cách nào phù hợp hơn là tìm ra đặc tính thỏa mãn của thứ quần áo đó. Mỗi trang phục sẽ giữ được hình dạng của nó khi dựng lên và cảm thấy thoải mái khi được cầm trong tay bạn. Nó giống như một sự khám phá bất ngờ - *hóa ra bạn muốn được gấp lại theo cách này!* – một giây phút đặc biệt khi tâm trí của bạn và trang phục đó được kết nối. Tôi thích nhìn ngắm gương mặt các khách hàng của tôi rạng ngời lên vào giây phút đó.

Sắp xếp quần áo
Bí quyết "tiếp thêm sinh lực" cho tủ quần áo

Cảm giác thật tuyệt vời khi mở tủ quần áo và thấy những trang phục mà mình yêu thích được sắp xếp gọn gàng. Thế nhưng những chiếc tủ của các khách hàng của tôi lại thường lộn xộn đến mức phải dũng cảm lắm để mở chúng ra và, ngay khi mở ra, thật khó có thể tìm được bất kì thứ gì trong đó.

Có thể có hai nguyên nhân. Nguyên nhân đầu tiên đơn giản chỉ là tủ quần áo đã quá đầy. Một trong các khách hàng của tôi đã lèn quần áo vào tủ nhiều đến mức phải mất ba phút cô ấy mới có thể lấy ra được một chiếc quần áo bất kì. Các mắc áo treo dày và khít vào nhau tới mức sau nhiều lần vừa co kéo vừa càu nhàu thì cuối cùng cô ấy cũng lôi bật được chiếc áo đó ra, cứ như thể bánh mì bật ra khỏi lò nướng bánh bằng điện vậy. Tôi có thể nhận ra lí do tại sao cô ấy không còn dùng đến chiếc tủ quần áo đó suốt nhiều năm. Đây là một ví dụ tiêu biểu, nhưng sự thực là hầu hết mọi người đều cất giữ quần áo quá mức cần thiết trong tủ của họ. Đây cũng là lí do khiến tôi khuyên các bạn nên gấp bất cứ thứ quần áo nào nếu có thể. Tất nhiên, có vài loại trang phục nên treo lên mắc áo thì tốt hơn. Những trang phục đó bao gồm áo choàng, áo khoác, com lê, váy ngắn và váy dài. Tiêu chuẩn của tôi là: hãy treo bất cứ thứ quần áo nào mà trông chúng sẽ hạnh phúc hơn khi chúng được treo, chẳng hạn những quần áo làm bằng chất liệu mềm sẽ phất phơ trong gió hoặc quần áo được thiết kế cầu kì, tránh cho chúng không bị gập lại.

Một nguyên nhân nữa khiến tủ quần áo lộn xộn đó là thiếu kiến thức. Nhiều người đơn giản chỉ là không biết cách sắp xếp quần áo treo trên mắc. Nguyên tắc cơ bản nhất là hãy treo những quần áo cùng loại cạnh nhau, tạo khoảng cách giữa loại áo choàng, loại com lê, v.v.. Quần áo, cũng như con người vậy, có thể thư giãn dễ chịu hơn khi được trong cùng một nhóm những thứ tương tự nhau và do đó việc sắp xếp quần áo bằng cách phân loại có thể giúp chúng dễ chịu và cảm thấy an toàn hơn. Bạn hoàn toàn có thể biến đổi tủ quần áo của mình chỉ bằng cách áp dụng nguyên tắc này.

Tất nhiên, nhiều người sẽ khăng khăng rằng dù họ đã sắp xếp quần áo theo chủng loại thì chẳng bao lâu sau tủ quần áo vẫn cứ lộn xộn như cũ. Vậy nên hãy để tôi giới thiệu cho bạn một bí quyết để duy trì sự gọn gàng cho tủ quần áo mà bạn đã mất nhiều công sức để sắp xếp. Hãy sắp xếp quần áo "hướng lên phía bên phải". Bạn hãy dành thời gian vẽ một mũi tên hướng lên phía bên phải, sau đó nối tiếp một mũi tên nữa hướng lên phía bên phải. Bạn có thể vẽ lên giấy hoặc chỉ lần theo hướng chúng chỉ trong không trung. Bạn có nhận thấy khi vẽ một mũi tên hướng lên phía bên phải, bạn có cảm giác nhẹ nhàng hơn không? Những đường kẻ hướng lên phía bên phải sẽ khiến người ta cảm thấy thoải mái. Bằng cách sử dụng nguyên tắc này khi sắp xếp tủ quần áo của mình, bạn có thể khiến quần áo trong tủ nhìn thú vị hơn.

Để làm vậy, hãy treo những trang phục nặng ở bên trái và những trang phục nhẹ ở bên phải. Trang phục nặng bao gồm quần áo dài, quần áo may bằng chất liệu nặng và quần áo tối màu. Khi bạn dịch chuyển hướng sang phía bên phải của không gian treo đồ, độ dài của trang phục trở nên ngắn đi, chất liệu may nhẹ hơn và màu sắc trở nên sáng hơn. Khi xếp theo loại, áo choàng sẽ ở xa phía bên trái, sau đó là áo, áo vét, quần dài, váy và áo khoác. Đây là trật tự cơ bản, nhưng tùy thuộc vào những xu hướng trang phục trong tủ quần áo của bạn, những thứ được coi là "nặng" trong mỗi chủng loại sẽ khác nhau. Hãy cố gắng tạo ra sự cân bằng sao cho quần áo dốc lên phía bên phải. Ngoài ra, hãy sắp xếp quần áo trong từng chủng loại từ nặng tới nhẹ. Khi bạn đứng trước một tủ quần áo được sắp xếp sao cho trang phục hướng lên phía bên phải, bạn sẽ cảm thấy tim đập nhanh hơn và các tế bào trong cơ thể reo lên đầy năng lượng.

Thứ năng lượng này cũng sẽ được truyền sang quần áo của bạn. Sau đó khi khép tủ lại, bạn cũng sẽ thấy căn phòng của mình tươi mới hơn. Ngay khi trải nghiệm được điều này, bạn sẽ không bao giờ đánh mất thói quen sắp xếp quần áo theo chủng loại nữa.

Vài người có thể thắc mắc rằng liệu việc chú ý tới những chi tiết như vậy có thể tạo ra được sự thay đổi đến mức đó hay không, nhưng tại sao bạn lại lãng phí thời gian để nghi ngờ nếu như việc tích hợp sự kì diệu thú vị này vào tất cả các không gian cất giữ có thể giúp bạn giữ gìn phòng ốc của mình gọn gàng? Bạn chỉ cần mất 10 phút để sắp xếp lại tủ quần áo bằng cách phân loại, vì thế hãy tin tôi và thử xem sao. Nhưng đừng quên rằng bạn phải giảm bớt số quần áo trong tủ tới mức chỉ còn những trang phục mà bạn thực sự yêu thích.

Cất giữ bít tất

Hãy tôn trọng bít tất

Bạn đã bao giờ trải qua chuyện nghĩ rằng mình đang làm một điều tốt nhưng sau đó lại nhận ra là việc đó làm tổn thương người khác hay chưa? Khi đó bạn hoàn toàn thờ ơ, không biết về cảm xúc của người khác. Điều này cũng tương tự với cách mà nhiều người trong chúng ta đối xử với những chiếc bít tất của mình.

Tôi đã tới thăm nhà một khách hàng nữ tuổi ngũ tuần. Như mọi khi, chúng tôi bắt đầu trước tiên với quần áo của bà ấy. Chúng tôi dọn dẹp tủ quần áo một cách êm thấm, xử lí xong số đồ lót và sẵn sàng bắt tay vào sắp xếp lại bít tất. Nhưng khi bà ấy kéo ngăn kéo đựng bít tất ra, tôi đã choáng váng. Nó đầy ứ bít tất bị cuộn lại như những củ khoai tây vậy. Bà ấy đã lộn tất ngắn lại để làm thành những cục tròn và buộc chặt tất dài ở chính giữa. Tôi không nói lên lời. Mặc chiếc tạp dề trắng diêm dúa, bà ấy mỉm cười với tôi và nói: "Bằng cách này tôi sẽ dễ dàng lấy ra thứ mình cần, và cũng khá đơn giản nếu muốn bỏ chúng đi, có phải không?" Mặc dù thường gặp phải thái độ này ở khách hàng, nhưng chưa bao giờ tôi thấy hết kinh ngạc. Đừng bao giờ buộc tất cũng như đồ nịt lại với nhau. Đừng bao giờ lộn bít tất thành từng cục.

Tôi chỉ những cục bít tất. "Hãy nhìn kĩ chúng. Đây là lúc nên để chúng nghỉ ngơi. Bạn có thực sự nghĩ là chúng có thể nghỉ ngơi trong tình trạng đó được không?"

Về cơ bản, vào ngày nghỉ, tất ngắn và tất dài sẽ được cất trong ngăn kéo. Chúng phải chịu đựng sự va đập hung bạo trong cả ngày làm việc, mắc kẹt giữa bàn chân và giày của bạn, chịu đựng áp lực và sự chà xát để bảo vệ đôi chân quý giá của bạn. Khi ở trong ngăn kéo chính là dịp duy nhất để chúng nghỉ ngơi. Nhưng nếu bị cuộn lại hoặc buộc chặt, chúng sẽ luôn trong trạng thái căng thẳng, thớ sợi và dây chun của chúng bị kéo căng. Chúng lăn qua và va vào chiếc tất khác mỗi lần ngăn kéo mở ra và đóng lại. Bất kì chiếc tất không may nào bị dồn vào cuối ngăn kéo thường sẽ bị lãng quên lâu tới mức dây chun của chúng sẽ bị kéo dãn tới mức không thể đàn hồi được nữa. Khi chủ nhân cuối cùng phát hiện và lấy chúng ra thì đã quá muộn và chỉ còn nước bỏ chúng vào thùng rác. Liệu có cách đối xử nào tồi tệ hơn như thế được không?

Chúng ta hãy bắt đầu bằng cách gập tất dài của bạn. Nếu bạn đang buộc chúng lại, hãy bắt đầu bằng cách gỡ chúng ra! Hãy đặt phần mũi của chiếc tất này lên trên phần mũi của chiếc tất kia và gập lại ở chính giữa chiều dài của chúng. Sau đó gập chúng lại làm ba, đảm bảo rằng phần mũi tất nằm bên trong chứ không phải bên ngoài, và phần cạp tất nhô ra một chút ở phía trên. Cuối cùng, cuộn tất lại về phía phần cạp tất. Khi hoàn thành, nếu phần cạp nằm ở bên ngoài thì tức là bạn đã làm đúng. Hãy gập tất dài trên đầu gối theo cách tương tự. Với những chất liệu dày hơn, chẳng hạn tất mùa đông, sẽ dễ dàng hơn để cuộn lại nếu bạn gập chúng làm đôi thay vì gập làm ba. Mấu chốt là tất nên được cuộn chắc lại như thể bạn cuộn sushi vậy.

Khi bạn cất tất dài vào ngăn kéo, hãy sắp xếp chúng sát cạnh nhau để có thể thấy các cuộn tất dễ dàng. Nếu bạn cất chúng trong những ngăn kéo nhựa, tôi khuyên bạn trước tiên nên đặt chúng vào một chiếc hộp bằng bìa cứng, để chúng không bị tuột và bung ra, sau đó mới đặt chiếc hộp vào trong ngăn kéo. Một chiếc hộp đựng giày có kích cỡ hoàn hảo để làm ngăn chứa tất dài. Phương pháp này là một giải pháp lưỡng tiện. Nó cho phép bạn chỉ liếc qua là biết mình có bao nhiêu đôi tất dài, tránh cho tất bị hư hỏng, giữ cho chúng mềm mại và không bị nhàu nát. Và nó cũng giúp những đôi tất của bạn hạnh phúc hơn.

Gập tất ngắn còn dễ dàng hơn. Nếu bạn đang gập tất từ dưới lên, hãy bắt đầu bằng việc giở chúng ra. Đặt chiếc tất này lên trên chiếc tất kia và tuân theo những nguyên tắc tương tự như việc gấp quần áo. Đối với tất ngắn chỉ che bàn chân, gập lại làm đôi là được; đối với tất che mắt cá chân, gập làm ba; với tất che đến đầu gối và cao trên đầu gối, gập lại làm bốn cho tới sáu lần. Bạn có thể điều chỉnh số lần gập để vừa bằng chiều cao của ngăn kéo. Thật dễ dàng phải không. Để đạt được mục đích tạo ra một hình chữ nhật đơn giản, việc gập chính là chìa khóa. Bạn sẽ phải kinh ngạc vì chỉ cần đến một không gian nhỏ bé đến vậy, so với "những ngày đựng những củ khoai tây", và bạn sẽ nhận thấy những đôi tất của mình thở phào khoan khoái vì không bị buộc lại nữa.

Khi thấy những học sinh xỏ những đôi tất mà phần cổ tất đã bị giãn ra, thực sự là tôi rất muốn nói với họ cách gập tất làm sao cho đúng.

Quần áo mặc theo mùa

Không cần cất giữ quần áo đã qua mùa sử dụng

Ở Nhật Bản tháng Sáu là mùa mưa. Theo truyền thống, đây cũng là tháng của *koromogae,* khi người ta chuyển sang mặc trang phục mùa hè. Trước đó mấy tuần là khoảng thời gian dọn dẹp, đóng gói cất đồ mùa đông và lấy đồ mùa hè ra. Mỗi khi tới thời điểm này trong năm, tôi lại nhớ mình cũng từng làm những việc tương tự. Tuy nhiên, tôi đã không còn thấy phiền phức vì phải cất đồ đã qua mùa sử dụng nữa. Phong tục *koromogae* có nguồn gốc từ Trung Quốc và du nhập vào Nhật Bản dưới hình thức phong tục của triều đình trong thời kì Heian (794-1185). Chỉ tới cuối thế kỉ 19, khi công nhân và học sinh bắt đầu mặc đồng phục thì phong tục này mới xâm nhập vào các doanh nghiệp và học đường. Các công ty và trường học chính thức chuyển sang đồng phục mùa hè vào đầu tháng Sáu và trở lại trang phục mùa đông vào đầu tháng Mười. Nói cách khác, qui định này chỉ được áp dụng trong các tổ chức, và việc áp dụng mở rộng ra nhà dân thường là không thực sự cần thiết.

Thế nhưng, giống như mọi người Nhật khác, tôi cũng từng tin rằng mình phải cất quần áo đi và giở quần áo ra hai lần một năm vào tháng Sáu và tháng Mười. Tôi mất nguyên hai tháng này chỉ để bận bịu với việc lấy hết ra rồi lại xếp đầy quần áo vào các tủ và ngăn kéo. Thành thực mà nói, tôi thấy phong tục này thật phiền toái. Nếu tôi muốn mặc một chiếc váy được cất trong một chiếc hộp để ở giá phía trên của tủ đồ, thật sự rất phiền phức để lấy nó xuống và moi nó ra khỏi hộp. Thay vào đó, tôi sẽ từ bỏ ý định đó và mặc một thứ quần áo khác. Có những năm khi mà tới tháng Bảy rồi tôi vẫn chưa thể dỡ hết đồ mùa hè ra, tôi nhận ra một điều là trong khoảng thời gian đó tôi đã mua những quần áo tương tự với những quần áo mà mình đã có. Và thường là khi tôi lấy được hết quần áo mùa hè ra thì thời tiết đột nhiên lại trở lạnh mất rồi.

Phong tục cất giữ trang phục theo mùa đã trở nên lỗi thời. Với sự du nhập của máy điều hòa nhiệt độ và hệ thống sưởi trung tâm, nhà ở của chúng ta ít còn chịu ảnh hưởng của thời tiết bên ngoài nữa. Giờ đây không phải là hiếm khi chứng kiến người ta mặc áo phông trong nhà ngay giữa mùa đông. Vì vậy, đã đến lúc từ bỏ phong tục này và giữ cho tất cả quần áo của chúng ta luôn sẵn sàng được sử dụng quanh năm cho dù đang là mùa nào đi nữa.

Các khách hàng của tôi thích cách tiếp cận này, đặc biệt là vì bất kể lúc nào họ cũng có thể nắm được chính xác là mình đang có những quần áo gì. Không cần đến bất kì kĩ thuật khó khăn nào. Tất cả những gì bạn cần làm là sắp xếp quần áo trên cơ sở giả định rằng mình sẽ không cất trang phục đã qua mùa sử dụng nữa. Khi cất quần áo vào ngăn kéo, hãy phân chia sơ bộ chúng thành "chất liệu vải" và "chất liệu len". Cần tránh phân loại theo mùa – mùa hè, mùa đông, mùa xuân và mùa thu – hoặc theo trạng thái hoạt động, chẳng hạn trang phục làm việc và trang phục nghỉ ngơi, vì quá mơ hồ. Nếu không gian cất giữ của khách hàng hạn chế, tôi cho phép họ cất giữ những trang phục đã qua mùa sử dụng nhưng chỉ là những thứ quần áo nhỏ và đặc thù thôi, ví dụ như đồ bơi và mũ tránh nắng cho mùa hè, và khăn quàng, găng tay và mũ ấm cho mùa đông. Nếu chúng không phải là những vật nhỏ, thì những chiếc áo khoác mùa đông có thể được cất trong tủ quần áo trong suốt mùa hè.

Đối với những người vẫn không có đủ không gian, hãy để tôi chia sẻ thêm vài mẹo nữa để cất giữ quần áo đã qua mùa sử dụng. Nhiều người cất trang phục đã qua mùa sử dụng trong những chiếc hộp nhựa có nắp. Tuy nhiên, những chiếc hộp này là thứ dụng cụ cất giữ ít hiệu quả nhất. Khi đặt trong tủ, chắc chắn là sẽ có thứ gì đó được đặt lên trên chiếc hộp và việc lấy hộp rồi mở nó ra sẽ khiến bạn mất nhiều công sức. Rốt cuộc, người ta dễ dàng quên mất chiếc hộp thậm chí ngay cả khi mùa sử dụng đã gần kết thúc. Nếu sắp tới bạn định mua những dụng cụ cất giữ, tôi khuyên bạn nên mua một chiếc tủ ngăn kéo. Hãy cẩn thận và đừng chôn quần áo của mình trong tủ đồ kể cả khi chúng đã qua mùa sử dụng. Những trang phục bị cất đi suốt nửa năm trời sẽ trông tiều tụy, cứ như thể chúng bị ngộp thở vậy. Thay vì thế, hãy để cho một chút ánh sáng và không khí thỉnh thoảng lùa vào. Hãy cho chúng biết là bạn vẫn quan tâm và mong chờ được mặc chúng vào mùa tới. Cách "giao tiếp" này giúp quần áo của bạn luôn rung cảm và giữ cho mối quan hệ của bạn với chúng sống động lâu dài.

Cất giữ sách vở

Hãy đặt tất cả sách vở lên sàn

Khi bạn sắp xếp và cất xong quần áo, đã tới lúc để dọn dẹp sách vở. Sách vở là một trong những thứ khiến người ta cảm thấy hết sức khó vứt bỏ. Nhiều người nói sách là thứ duy nhất mà họ không thể xa lìa bất kể họ có phải là người đam mê sách hay không, nhưng vấn đề thực sự chính là cách mà họ từ bỏ chúng.

Một trong những khách hàng của tôi, một phụ nữ độ tuổi ba mươi làm việc cho một hãng tư vấn nước ngoài, là người yêu thích sách. Cô ấy không chỉ đọc sách về kinh doanh mà còn đọc rất nhiều tiểu thuyết và sách có minh họa. Trên thực tế, phòng của cô tràn ngập sách. Ngoài ba giá sách lớn cao chạm trần, cô ấy còn có khoảng 20 chồng sách cao ngang thắt lưng đang để tạm trên sàn. Khi bước quanh phòng, tôi phải bước né sang một bên và lách người để không va vào chúng.

Tôi đã nói với cô ấy điều vẫn nói với tất cả các khách hàng của mình. "Xin hãy bắt đầu bằng cách bỏ tất cả sách ra khỏi giá và đặt toàn bộ sách lên sàn nhà."

Cô ấy trợn tròn mắt. "Tất cả ư? Nhiều ghê gớm đấy."

"Đúng, tôi biết thế. Nhưng hãy bỏ tất cả sách lên sàn."

"Nhưng..." Cô ấy do dự trong chốc lát như thể đang tìm từ diễn đạt trước khi tiếp tục nói. "Không phải để chúng trên giá và tôi có thể thấy được tên sách thì sẽ dễ dàng lựa chọn hơn sao?"

Sách thường được xếp thành từng hàng trên giá để có thể nhìn thấy tên sách, vì thế điều này có vẻ thuận tiện cho việc loại bỏ những cuốn bạn không muốn được nữa. Không chỉ có thế, mà sách còn nặng nề. Lấy tất cả sách ra khỏi giá chỉ để rồi lại cất chúng vào dường như là một việc làm lãng phí công sức... Dẫu vậy, đừng bỏ qua bước này. Hãy lấy tất cả sách ra khỏi giá. Bạn không thể đánh giá một cuốn sách có thực sự đáng chú ý hay không khi nó vẫn còn nằm trên giá. Giống như quần áo hay bất kì vật sở hữu nào khác, những cuốn sách bị bỏ trên giá không được động đến suốt một thời gian dài sẽ rơi vào tình trạng im lìm bất động. Hoặc tôi có thể nói rằng chúng trở nên "vô hình". Mặc dù ngay trong tầm mắt nhưng người ta vẫn không nhìn thấy chúng, giống như một chú châu chấu đứng yên giữa đồng cỏ, hòa mình với môi trường xung quanh.

Nếu bạn tự hỏi "Thứ này có mang lại niềm vui không?" khi nhìn vào những đồ vật trên giá hoặc trong ngăn kéo, thì câu hỏi này không có nhiều ý nghĩa với bạn. Để có thể thực sự quyết định được nên giữ hoặc bỏ đi thứ gì, bạn phải khiến những đồ vật của mình thoát khỏi tình trạng bất động. Thậm chí những chồng sách đã để sẵn trên sàn rồi cũng sẽ dễ được xử lí hơn nếu bạn di chuyển chúng vẫn trên sàn nhưng là sang một chỗ khác hoặc sắp xếp lại chúng. Giống như việc chúng ta khẽ rung lắc nhẹ để đánh thức ai đó dậy, chúng ta có thể kích thích những vật sở hữu của mình bằng cách di chuyển chúng, phơi chúng ra không khí trong lành và khiến chúng "tỉnh giấc".

Trong khi giúp đỡ các khách hàng của mình dọn dẹp nhà cửa hoặc văn phòng làm việc, tôi thường đứng trước đống sách họ để trên sàn và vỗ tay, hoặc đập nhẹ lên bìa của các cuốn sách. Mặc dù đầu tiên bao giờ các khách hàng cũng nhìn tôi với vẻ kì lạ, thế nhưng sau đó họ không tránh khỏi ngạc nhiên vì họ có thể lựa chọn sách nhanh chóng và chính xác đến mức nào. Họ có thể thấy chính xác những cuốn sách mình cần và những cuốn không cần. Khó khăn hơn nhiều nếu lựa chọn sách mà vẫn để chúng trên giá, điều này có nghĩa rồi có lúc bạn sẽ phải lặp lại công việc này. Nếu có quá nhiều sách trên sàn cần phải sắp xếp cùng một lúc, tôi sẽ để nghị khách hàng của mình chia chúng ra thành bốn nhóm lớn:

— Chung chung (sách đọc để giải trí)

— Thực hành (sách tham khảo, sách dạy nấu ăn, v.v.)

— Hình ảnh (các tập tranh ảnh, v.v.)

— Tạp chí

Khi đã xếp sách thành đống trên sàn, hãy dùng tay lấy ra từng cuốn một và quyết định xem bạn muốn giữ hoặc bỏ đi cuốn nào. Tất nhiên tiêu chí là hãy xem cuốn sách có mang lại cho bạn cảm giác thư thái khi chạm vào nó hay không. Nhớ nhé, tôi đã nói là khi bạn *chạm* vào nó. Đừng đọc nó. Việc đọc sẽ che mờ lí trí phán xét của bạn. Thay vì hỏi bản thân xem mình cảm thấy gì, bạn sẽ bắt đầu hỏi xem liệu mình có cần cuốn sách này hay không. Hãy hình dung ra một giá sách chỉ toàn những cuốn sách mà bạn yêu thích. Hình ảnh đó không tuyệt diệu sao? Đối với những người yêu thích sách, liệu còn có niềm hạnh phúc nào hơn thế?

Những cuốn sách chưa đọc
"Lúc nào đó" nghĩa là "không bao giờ"

Những lí do phổ biến nhất để không vứt một cuốn sách đi là "Tôi sẽ đọc nó" hoặc "Có thể tôi muốn đọc lại nó". Hãy dành chốc lát để tính số sách mà bạn yêu thích, những cuốn mà bạn thực sự đã đọc hơn một lần. Có tất cả bao nhiêu cuốn? Với vài người con số này có thể là 5 cuốn trong khi một vài độc giả cá biệt có thể nhiều tới 100 cuốn. Tuy nhiên, những người đọc lại nhiều sách thường làm việc trong những ngành nghề chuyên biệt, chẳng hạn học giả và tác giả. Bạn sẽ thấy rất hiếm những người bình thường như tôi lại đọc quá nhiều sách. Hãy đối mặt với thực tế đó. Cuối cùng, bạn sẽ đọc lại chỉ vài cuốn trong số sách của mình. Giống như với quần áo, chúng ta cần dừng lại và nghĩ xem những cuốn sách đang phục vụ cho mục đích gì.

Mục đích thực sự của sách là để đọc, để truyền tải thông tin tới độc giả. Ý nghĩa nằm ở chỗ sách chứa đựng thông tin. Sẽ chẳng có ý nghĩa gì nếu chúng nằm trên giá sách. Bạn đọc sách để trải nghiệm việc đọc. Những cuốn sách mà bạn đọc cũng được trải nghiệm và nội dung của chúng giờ đây đã nằm trong bạn, thậm chí cả khi bạn không nhớ. Vì vậy khi quyết định nên giữ cuốn sách nào, đừng nghĩ đến chuyện liệu mình có đọc lại nó hay không hoặc liệu mình có làm chủ những thông tin bên trong nó hay không. Thay vào đó, hãy cầm từng cuốn sách trong tay và quyết định xem nó có khiến mình cảm thấy rung động hay không. Chỉ giữ lại những cuốn sách khiến bạn cảm thấy vui vẻ mỗi khi nhìn thấy chúng trên giá, đó là những cuốn sách mà bạn thực sự yêu thích. Và nhớ là cả cuốn sách này nữa nhé. Nếu bạn không cảm thấy vui khi cầm cuốn sách nào đó trong tay, tôi thấy thà bạn quẳng nó đi còn hơn.

Còn những cuốn sách mà bạn mới đọc nhưng vẫn chưa đọc xong? Hoặc những cuốn sách vừa mua nhưng chưa đọc? Có nên làm điều tương tự như với những cuốn sách mà bạn dự định lúc nào đó sẽ đọc không? Mạng Internet khiến việc mua sách trở nên dễ dàng nhưng hệ quả là, mọi người ngày càng có nhiều cuốn sách mua về không đọc hơn trước đây. Tình trạng người ta mua một cuốn sách rồi không lâu sau lại mua một cuốn nữa khi vẫn chưa đọc cuốn sách trước đó không phải là hiếm. Sách chưa đọc cứ tích lũy dần lên. Vấn đề đối với những cuốn sách mà chúng ta dự định đến lúc nào đó sẽ đọc là chúng ta sẽ khó từ bỏ chúng hơn nhiều so với những cuốn sách đã đọc xong.

Tôi nhớ có lần giảng cho một chủ tịch công ty về cách dọn dẹp văn phòng của ông ta. Các giá sách của ông ta đầy những tựa sách phức tạp mà bạn có thể mong chờ một chủ tịch công ty sẽ đọc chúng, chẳng hạn những cuốn kinh điển của các tác giả như Drucker và Carnegie, cũng như các tác giả sách bán chạy gần đây. Cứ như thể tôi đang đi lạc vào một hiệu sách. Khi thấy bộ sưu tập sách của ông, tôi có cảm giác nôn nao. Hiển nhiên là khi bắt đầu phân loại, ông ta đặt hết cuốn này đến cuốn khác vào chồng "giữ lại", và tuyên bố rằng ông ta vẫn chưa đọc chúng. Đến khi phân loại xong, ông ta chỉ bỏ đi 50 cuốn và chỉ làm sứt mẻ chút ít bộ sưu tập ban đầu. Khi tôi hỏi tại sao lại giữ những cuốn sách đó, ông ấy đưa ra một câu trả lời đã trở thành kinh điển trong danh sách các câu trả lời thường gặp nhất của tôi: "Bởi lúc nào đó tôi sẽ muốn đọc nó". Từ kinh nghiệm cá nhân, ngay lúc này tôi sợ phải nói với bạn rằng: "lúc nào đó" sẽ không bao giờ xảy ra.

Nếu bạn có bỏ lỡ cơ hội đọc một cuốn sách đặc biệt, thậm chí đó là cuốn sách mà bạn được khuyên đọc hoặc là cuốn sách mà lâu nay bạn dự định sẽ đọc, vậy thì đây là dịp để bạn bỏ nó đi. Có thể bạn đã muốn đọc cuốn sách đó khi mua nó, nhưng nếu cho đến giờ bạn vẫn chưa đọc, vậy thì mục đích của cuốn sách là dạy cho bạn rằng bạn không cần đến nó nữa. Không cần phải đọc cho xong cả cuốn sách khi bạn mới chỉ đọc nửa chừng, bởi khi đó mục đích của chúng sẽ là đọc nửa chừng. Vì thế, hãy từ bỏ tất cả những cuốn sách chưa đọc. Tốt hơn là hãy chỉ đọc cuốn sách thực sự cần cho bạn ngay lúc này thay vì một cuốn sách mà bạn để nó phủ bụi suốt nhiều năm.

Những người có những bộ sưu tập sách lớn hầu như luôn là những người học siêng năng. Do đó không có gì lạ khi thấy nhiều sách tham khảo và sách hướng dẫn nghiên cứu trên giá sách của các khách hàng của tôi. Các sách tham khảo và hướng dẫn này thường đa dạng vô cùng, trải rộng từ kế toán, triết học và vi tính cho tới trị bệnh bằng xạ hương và hội họa. Đôi khi tôi kinh ngạc với những chuyên môn mà các khách hàng của tôi quan tâm. Nhiều người trong số họ còn giữ lại tất cả sách giáo khoa từ thời còn đi học phổ thông và những cuốn sách bài tập làm văn.

Vậy nên, nếu giống như nhiều khách hàng của tôi, bạn có bất kì cuốn sách nào rơi vào nhóm sách nói trên, tôi khuyên bạn nên ngừng việc khăng khăng là đến ngày nào đó bạn sẽ sử dụng chúng và từ bỏ chúng ngay ngày hôm nay. Tại sao ư? Bởi có rất ít khả năng là bạn sẽ đọc chúng. Đối với tất cả các khách hàng của tôi, chưa tới 15% số người sẽ dùng những cuốn sách này. Khi phải giải thích tại sao cứ bỏ sách ở đó mà không đọc, câu trả lời của họ đều là họ dự định sẽ đọc vào "một ngày nào đó". "Tôi muốn tìm hiểu cuốn sách này vào một ngày đó." "Tôi sẽ nghiên cứu nó khi có thêm chút ít thời gian", "Tôi nghĩ nó sẽ giúp tôi thành thạo tiếng Anh", "Tôi muốn học về kế toán bởi tôi đang làm công việc quản lí". Nếu cho đến lúc này bạn vẫn chưa làm như dự định, vậy thì hãy vứt bỏ quyển sách đó đi. Chỉ bằng cách đó, bạn mới có thể kiểm tra được xem mình đam mê đến mức nào đối với chủ đề đó. Nếu cảm giác của bạn vẫn không thay đổi sau khi đã bỏ cuốn sách đi, thì có nghĩa bạn vẫn ổn mà không cần tới nó. Nếu sau khi đã ném đi mà bạn vẫn khao khát muốn có lại nó, tức là bạn sẽ sẵn sàng mua một bản sách khác, và lần này bạn sẽ đọc và nghiên cứu nó.

Sách giữ lại

Những cuốn sách được ưa thích nhất

Bây giờ bất kì lúc nào tôi cũng giữ cho mình chừng 30 cuốn sách, nhưng trước đây tôi từng thấy vô cùng khó vứt bỏ sách đi bởi vì tôi yêu chúng. Lần đầu tiên tôi phân loại thư viện của mình bằng phương pháp đánh giá xem chúng có mang lại niềm vui cho mình hay không, tôi đã bỏ đi được khoảng 100 cuốn khỏi giá sách. Mặc dù đây không phải là con số quá lớn so với mức trung bình nhưng tôi cảm thấy vẫn có thể giảm bớt thêm nữa. Một ngày kia, tôi quyết định xem xét kĩ hơn những cuốn sách mà mình đang có. Tôi bắt đầu với những cuốn sách mà tôi coi là không thể bỏ đi. Trong trường hợp của tôi, đầu tiên trong danh sách này là cuốn *Alice ở xứ sở diệu kì*, đây là cuốn sách tôi đọc lại nhiều lần kể từ thời tiểu học. Những cuốn sách tương tự, nằm trong danh sách những cuốn sách yêu thích nhất của mỗi cá nhân, có thể xác định được khá đơn giản. Tiếp theo, tôi xem những cuốn sách mang lại cảm giác thoải mái nhưng không thuộc danh sách được yêu thích nhất. Khi thời gian trôi qua, danh sách các cuốn thuộc nhóm này sẽ thay đổi, nhưng đây là những cuốn sách mà tôi chắc chắn muốn giữ lại ngay bây giờ. Vào thời điểm đó, một trong những cuốn thuộc nhóm này là *Nghệ thuật từ bỏ* – cuốn sách đầu tiên đã mở mắt cho tôi về việc dọn dẹp, mặc dù lâu nay tôi không còn giữ nó nữa. Những cuốn sách mang đến sự thoải mái nhất định cũng đáng để giữ lại.

Quyết định khó khăn nhất là đối với những cuốn sách đem lại cho bạn sự thoải mái vừa phải – chúng có những từ ngữ và câu văn làm rung động trái tim bạn, và bạn có thể muốn đọc lại lần nữa. Đó là những cuốn sách khó bỏ đi nhất. Mặc dù không cảm thấy áp lực khi phải từ bỏ chúng, tôi không thể không nhận thấy thực tế là chúng chỉ mang lại cho tôi cảm giác thoải mái vừa phải. Tôi bắt đầu tìm kiếm một phương thức để bỏ chúng đi mà không tiếc nuối và cuối cùng cũng tìm được điều mà tôi gọi là "phương pháp giảm trừ số lượng". Thừa nhận rằng mình thực sự chỉ muốn giữ những thông tin hoặc từ ngữ cụ thể mà cuốn sách chứa đựng, tôi quyết định là nếu chỉ giữ lại những gì cần thiết thì tôi có thể vứt bỏ phần còn lại đi.

Ý tưởng của tôi là sao chép những câu mà mình thích vào trong một cuốn sổ. Qua thời gian, tôi cho là như vậy, cuốn sổ này sẽ trở thành tuyển tập những lời hay ý đẹp ưa thích của cá nhân tôi. Thật vui khi đọc nó vào một lúc nào đó trong tương lai và lần theo con đường mà những sở thích cá nhân đã từng dẫn dắt mình. Vô cùng phấn khích, tôi lôi ra một cuốn sổ mà mình thích và bắt đầu thực hiện kế hoạch. Tôi bắt đầu gạch chân những chỗ tôi muốn sao chép. Sau đó tôi viết tên sách vào sổ và bắt đầu chép lại. Tuy nhiên, ngay khi bắt đầu, tôi nhận ra quá trình này ngốn quá nhiều công sức. Và nếu như có lúc nào đó tôi sẽ đọc những lời lẽ này trong tương lai, vậy thì chữ viết của tôi cần phải rõ ràng, sắc nét. Ước lượng sơ bộ, để sao chép 10 trích dẫn trong một cuốn sách thôi cũng sẽ mất ít nhất nửa tiếng đồng hồ. Chỉ nghĩ về việc sao chép trích dẫn trong 40 cuốn sách thôi đã đủ khiến tôi hoa mày chóng mặt rồi.

Kế hoạch tiếp theo của tôi là sử dụng máy in. Tôi sẽ sao chụp những mục mà tôi muốn giữ, cắt chúng ra và dán vào sổ. Tôi nghĩ là cách làm này sẽ nhanh chóng và dễ dàng hơn nhiều. Nhưng khi thử bắt tay vào làm, tôi thấy nó còn mất nhiều công sức hơn. Cuối cùng tôi quyết định xé lấy những trang yêu thích ra khỏi sách. Việc dán những trang này vào sổ cũng là một việc khó nhọc, vì vậy thay vào đó tôi giản tiện quá trình bằng cách nhét chúng vào một chiếc kẹp hồ sơ. Việc làm này chỉ mất 5 phút cho mỗi cuốn sách và tôi đã xoay xở để bỏ đi 40 cuốn đồng thời giữ được những nội dung mà tôi thích. Khi đó tôi cực kì hài lòng với thành quả của mình. Hai năm sau ngày triển khai "phương pháp giảm trừ số lượng", tôi đột ngột nhận ra một điều. Tôi chưa từng đọc lại một lần kể từ khi tạo ra chiếc kẹp hồ sơ đó. Tất cả những nỗ lực lúc trước chỉ là để làm dịu đi lương tâm của tôi mà thôi.

Gần đây, tôi nhận thấy việc sở hữu ít cuốn sách thực sự giúp tôi tiếp thu tốt hơn những gì mình đọc. Tôi nhận ra những thông tin thiết yếu dễ dàng hơn. Nhiều khách hàng của tôi, đặc biệt là những người đã bỏ đi một số lượng sách và tài liệu đáng kể, cũng nhận thấy điều này. Đối với sách, đúng lúc nghĩa là tất cả. Giây phút lần đầu tiên bạn gặp một cuốn sách đặc biệt cũng chính là thời điểm phù hợp để đọc nó. Để tránh bỏ lỡ giây phút này, tôi khuyên bạn nên giữ số lượng sách ít thôi.

Phân loại giấy tờ

Quy tắc chung: hãy từ bỏ mọi thứ

Ngay khi bạn sắp xếp xong sách vở, hãy chuyển sang giấy tờ. Ví dụ, giá thư từ treo trên tường đựng đầy phong bì; những tờ thông báo của nhà trường dán trên tủ lạnh; thư mời dự ngày hội trường chưa trả lời để cạnh chiếc điện thoại bàn; những tờ báo xếp lớp trên bàn suốt mấy ngày qua. Có một số nơi trong nhà, giấy tờ có xu hướng chất chồng lên như những đống tuyết vậy.

Mặc dù người ta thường quan niệm là giấy tờ ở nhà ít hơn nhiều so với ở nơi làm việc, nhưng thực tế không phải vậy. Nhìn chung số lượng giấy tờ tối thiểu mà các khách hàng bỏ đi là hai túi rác cỡ 45 lít. Số lượng tối đa lên tới 15 túi. Rất nhiều lần tôi còn thấy máy cắt giấy của khách hàng bị kẹt. Cực kì khó khăn để có thể quản lí được một số lượng lớn giấy tờ như vậy, thế nhưng thi thoảng tôi cũng gặp được một vài khách hàng có được những kĩ năng sắp xếp giấy tờ tài liệu khiến tôi phải kinh ngạc. Khi tôi hỏi: "Bạn quản lí giấy tờ của mình như thế nào?", họ đưa ra những giải thích cực kì cặn kẽ.

"Giấy tờ liên quan tới lũ trẻ sẽ để trong kẹp tài liệu này. Kẹp tài liệu kia là công thức nấu ăn của tôi. Các bài cắt ra từ tạp chí để ở đây, còn tài liệu hướng dẫn sử dụng thiết bị điện cho vào trong hộp này...". Họ đã phân loại giấy tờ của mình hết sức chi tiết đến mức đôi lúc tâm trí tôi lơ đễnh trong khi họ trình bày những lập luận của mình. Tôi phải thừa nhận là tôi ghét việc sắp xếp giấy tờ! Tôi không bao giờ sử dụng các kẹp hồ sơ hoặc viết nhãn tài liệu. Hệ thống sắp xếp tài liệu này có lẽ hữu hiệu hơn bộ dụng cụ lưu trữ giấy tờ ở nơi làm việc vốn có nhiều người sử dụng tài liệu chung, nhưng thực ra thì hoàn toàn không cần đến một hệ thống sắp xếp giấy tờ chi tiết đến như vậy ở nhà.

Nguyên tắc cơ bản của tôi trong việc phân loại giấy tờ là vứt hết chúng đi. Các khách hàng của tôi đã choáng váng khi nghe tôi nói thế, nhưng quả thực chẳng có gì phiền phức hơn giấy tờ cả. Rốt cuộc, chúng sẽ chẳng bao giờ mang lại niềm vui, cho dù bạn có giữ gìn chúng cẩn thận thế nào chăng nữa. Vì lí do này, tôi khuyên bạn nên vứt đi bất cứ thứ gì không thuộc vào một trong ba nhóm sau: hiện đang sử dụng, cần sử dụng trong thời gian giới hạn và phải giữ lại vô kì hạn.

Nhân đây, tôi phải nói rằng thuật ngữ "giấy tờ" không bao hàm những giấy tờ có giá trị về tinh thần như những bức thư tình ngày xưa hoặc nhật kí. Cố gắng phân loại những giấy tờ này chỉ khiến tiến độ của bạn giảm sút rõ rệt mà thôi. Trước hết hãy giới hạn ở việc phân loại giấy tờ không mang lại cho bạn một chút rung động nào và hoàn thành công việc này thật chớp nhoáng. Thư từ của bạn bè và người yêu có thể để lại đến khi bạn xử lí những thứ liên quan tới cảm xúc.

Khi bạn đã xử lí xong toàn bộ số giấy tờ không gợi cho bạn bất kì cảm xúc vui vẻ nào, bạn sẽ làm gì với những giấy tờ mà bạn quyết định giữ lại? Phương pháp cất giữ giấy tờ của tôi cực kì đơn giản. Tôi phân chia chúng thành hai nhóm: giấy tờ cần lưu giữ và giấy tờ cần xử lí. Mặc dù chính sách của tôi là vứt bỏ tất cả giấy tờ đi, nhưng đây là hai nhóm giấy tờ tôi thấy không thể bỏ đi được. Những bức thư cần trả lời, những đơn từ cần đệ trình, một tờ báo sắp đọc – hãy tạo một góc riêng cho những giấy tờ cần được xử lí đó. Hãy chắc chắn rằng bạn giữ tất cả các giấy tờ dạng này cùng một chỗ. Đừng bao giờ để chúng rải rác khắp nơi trong nhà. Tôi khuyên bạn nên dùng một vật chứa có dạng thẳng đứng để giấy tờ cất trong đó có thể dựng thẳng lên và bố trí một nơi dành riêng cho nó. Tất cả các giấy tờ cần được chú ý có thể đặt ở trong đó mà không bị phân tán.

Đối với giấy tờ cần được lưu giữ, tôi chia nhỏ chúng theo tần suất sử dụng. Cách làm của tôi cũng không hề phức tạp. Tôi sắp xếp chúng thành nhóm ít sử dụng và nhóm thường xuyên sử dụng. Nhóm ít sử dụng bao gồm hợp đồng bảo hiểm, giấy tờ bảo hành và giấy tờ nhà đất. Thật không may, bạn buộc phải giữ những giấy tờ này bất kể thực tế là chúng không mang lại niềm vui cụ thể nào. Vì bạn hầu như không bao giờ cần xử lí những giấy tờ thuộc nhóm này, bạn không phải mất quá nhiều sức lực để cất giữ chúng. Tôi khuyên bạn nên để tất cả chúng vào trong một chiếc cặp hồ sơ nhựa thông thường và không cần phải lo nghĩ về việc phân loại chúng thêm nữa.

Nhóm kia bao gồm những giấy tờ mà bạn sẽ lấy ra và sử dụng thường xuyên hơn, chẳng hạn các bản đề cương hội thảo hoặc các bài báo cắt ra. Những giấy tờ này sẽ trở nên vô nghĩa trừ phi chúng được cất giữ sao cho có thể dễ dàng tiếp cận, do đó tôi khuyên bạn nên cất chúng vào trong một chiếc cặp hồ sơ nhựa có nhiều ngăn. Mặc dù những giấy tờ kiểu này không thực sự cần thiết nhưng chúng có xu hướng ngày một nhiều lên. Giảm bớt số lượng của nhóm giấy tờ này là chìa khóa cho việc sắp xếp giấy tờ của bạn.

Chỉ nên sắp xếp giấy tờ thành ba nhóm: cần được chú ý, nên lưu giữ (các giấy tờ hợp đồng) và nên lưu giữ (các giấy tờ khác). Mấu chốt là cần giữ tất cả giấy tờ thuộc một nhóm ở trong cùng một vật chứa và cố gắng hạn chế phân chia nhỏ chúng ra thêm nữa. Nói cách khác, bạn chỉ cần ba vật chứa hoặc ba chiếc cặp đựng giấy tờ. Đừng quên giữ cho chiếc hộp "cần chú ý" ở trạng thái rỗng. Nếu vẫn còn giấy tờ trong đó, điều này có nghĩa là bạn đang có những việc chưa hoàn thành đang cần sự chú ý của bạn. Mặc dù tôi chưa bao giờ cố gắng xoay xở để làm trống triệt để chiếc hộp "cần chú ý", nhưng đây chính là mục tiêu cần hướng tới.

Tất cả những giấy tờ còn lại
Cách sắp xếp những giấy tờ phiền phức

Phương châm căn bản của tôi là vứt bỏ hết giấy tờ đi, nhưng sẽ luôn có vài thứ giấy tờ gì đó khó có thể vứt bỏ. Ở đây chúng ta hãy cùng xem xét cách xử lí những giấy tờ này.

TÀI LIỆU NGHIÊN CỨU

Những người thích nghiên cứu có thể hay tham gia các hội thảo hoặc khóa học chẳng hạn liệu pháp điều trị bằng xạ hương, tư duy lôgic hoặc marketing. Một xu hướng gần đây ở Nhật Bản là tận dụng thời gian sáng sớm để tham gia các hội thảo buổi sáng. Nội dung và khung thời gian mở rộng, cho phép người ta có nhiều cơ hội lựa chọn. Đối với những người tham dự, những tài liệu được phát na ná như một chứng nhận danh dự, và do đó họ khó lòng mà vứt bỏ chúng. Nhưng khi tôi tới thăm nhà của những học viên nhiệt thành này, tôi thấy những tài liệu như thế chiếm quá nhiều không gian, khiến phòng của họ trở nên bức bí.

Một trong các khách hàng của tôi là một phụ nữ tuổi độ ba mươi làm việc cho một công ty quảng cáo. Khi tôi bước vào phòng cô ấy, tôi cảm thấy như mình đang ở trong một văn phòng làm việc. Tôi nhìn thấy hàng chồng tài liệu được in tiêu đề cẩn thận. Cô ấy nói với tôi: "Đó là tất cả các tài liệu của những hội thảo mà tôi tham gia". Tự nhận là một người say mê các hội thảo, cô ấy đã lưu giữ tài liệu của mọi hội thảo mà cô ấy từng tham dự.

Người ta thường quả quyết: "Một lúc nào đó tôi sẽ nghiên cứu lại những tài liệu này", nhưng hầu hết họ không bao giờ làm vậy. Hơn thế, phần lớn trong số họ luôn có những tài liệu của các cuộc hội thảo khác nhau về cùng một chủ đề hoặc một chủ đề tương tự. Tại sao vậy? Bởi vì họ không nhớ được gì từ những điều đã học ở các cuộc hội thảo. Tôi không có ý chỉ trích mà chỉ muốn chỉ ra lí do tại sao lại không đáng để giữ lại những tài liệu của các hội thảo trước đây. Nếu nội dung đã học không được áp dụng vào thực tế thì những khóa học như vậy thật là vô bổ. Giá trị của việc tham gia một khóa học hoặc một chứng chỉ bắt đầu từ khi chúng ta tham dự, và chìa khóa để phát huy toàn bộ giá trị của khóa học chính là ở chỗ áp dụng những điều đã học vào thực tế ngay khi khóa học kết thúc. Tại sao người ta lại trả học phí đắt đỏ cho những khóa học như vậy khi họ có thể đọc được cùng một nội dung đó trong một cuốn sách hoặc ở một nơi khác? Bởi họ muốn cảm nhận được niềm đam mê của giáo viên và trải nghiệm môi trường học tập đó. Do đó, tài liệu thực sự chính là bản thân buổi hội thảo hoặc sự kiện, và người ta cần phải trải nghiệm nó một cách thực sự sống động.

Khi bạn tham gia một khóa học, hãy kiên quyết vứt bỏ mọi tài liệu được phân phát. Nếu bạn tiếc nuối khi vứt bỏ chúng, sau đó lại tham gia một hội thảo tương tự, vậy thì lần này hãy áp dụng những gì đã học. Tưởng là nghịch lí, nhưng tôi tin rằng chính vì chúng ta còn bám víu lấy những tài liệu như vậy nên chúng ta mới thất bại trong việc áp dụng những điều mình đã học vào thực tiễn. Bộ sưu tập các tài liệu hội thảo lớn nhất mà tôi biết lên đến 190 tài liệu.

Chẳng cần phải nói, tôi đã bảo khách hàng đó vứt bỏ đến tài liệu cuối cùng.

CÁC BẢN SAO KÊ TÀI KHOẢN THẺ TÍN DỤNG

Một thứ nữa cần phải vứt bỏ đó là tất cả các bản sao kê tài khoản thẻ tín dụng. Mục đích của chúng là gì? Với hầu hết mọi người, chúng đơn giản là một thứ công cụ để kiểm tra xem họ đã dành dụm được bao nhiêu tiền trong một tháng cụ thể nào đó. Vì vậy, khi đã kiểm tra nội dung để khẳng định là nó chính xác và lưu lại con số vào sổ ghi của gia đình, bản sao kê đã hoàn thành sứ mệnh và bạn nên vứt nó đi. Hãy tin tôi. Bạn không cần phải cảm thấy bứt rứt về chuyện này.

Liệu bạn có nghĩ rằng đến một lúc nào đó mình sẽ thực sự cần đến những bản sao kê tài khoản? Liệu có ngày nào đó bạn có thể cần đến chúng cho một phiên tòa để chứng minh đã rút ra khỏi tài khoản bao nhiêu tiền? Chuyện đó chẳng bao giờ xảy ra nên bạn không cần tích trữ những bản sao kê này suốt đời. Điều tương tự cũng đúng với những thông báo rút tiền khỏi tài khoản để chi trả chi phí sinh hoạt thường ngày. Hãy cương quyết và nắm lấy cơ hội để vứt bỏ chúng.

Trong số các khách hàng của tôi, có một cặp vợ chồng từng trải qua quãng thời gian vô cùng khó khăn để có thể vứt bỏ tài liệu của họ. Cả hai đều là luật sư. Họ cứ liên tục hỏi: "Nhỡ tài liệu này lại cần đến ở tòa án thì sao?" Ban đầu, họ chỉ đạt được chút ít tiến triển, nhưng cuối cùng, thậm chí họ có thể bỏ đi hầu hết những giấy tờ của mình mà không gặp phải bất kì vấn đề nào. Nếu họ làm được thì bạn cũng có thể làm được.

GIẤY BẢO HÀNH CHO THIẾT BỊ ĐIỆN

Cũng như vô tuyến hay máy ảnh kĩ thuật số, tất cả các thiết bị điện đều có giấy bảo hành. Đây là loại giấy tờ có mặt ở bất kì ngôi nhà nào, và là thứ được hầu hết mọi người cất giữ cẩn thận. Tuy nhiên, phương pháp sắp xếp chúng thường không đúng cách.

Nhìn chung, người ta thường cất giữ giấy tờ bảo hành trong những chiếc cặp nhựa hoặc các túi hồ sơ nhiều ngăn. Sức hấp dẫn của những túi hồ sơ này ở chỗ giấy tờ có thể được cất trong những ngăn riêng biệt. Tuy nhiên, vấn đề lại chính là chỗ đó. Vì giấy tờ được chia cách rõ ràng nên người ta có thể dễ dàng bỏ qua nhiều thứ. Phần lớn mọi người cất giữ không chỉ giấy bảo hành còn cả sổ tay hướng dẫn sử dụng trong cùng một ngăn. Trước hết, hãy bắt đầu bằng việc vứt bỏ những sổ tay hướng dẫn. Hãy nhìn chúng xem. Bạn đã bao giờ sử dụng chúng chưa? Nói chung, chỉ có một vài sổ hướng dẫn mà chúng ta thực sự cần đọc, chẳng hạn sổ hướng dẫn sử dụng máy vi tính hoặc máy ảnh kĩ thuật số, và những sổ hướng dẫn này dày tới mức khó có thể nhét vừa vào túi hồ sơ. Vì thế, về căn bản, bạn có thể thoải mái vứt bỏ bất kì sổ hướng dẫn sử dụng nào đựng trong túi đựng giấy bảo hành.

Cho tới bây giờ, tất cả các khách hàng của tôi đều đã vứt bỏ hầu hết các sổ tay hướng dẫn sử dụng của họ, bao gồm sổ tay hướng dẫn cách dùng máy vi tính và máy ảnh, và không ai trong số họ gặp phải bất kì vấn đề nào. Nếu có gặp vấn đề gì, họ luôn có thể tự sửa chữa bằng cách mày mò, và có thể tìm được giải pháp cho bất cứ thứ gì mà mình không thể tự tìm ra bằng cách vào Internet hoặc hỏi nơi bán thiết bị. Vì thế tôi cam đoan rằng bạn có thể vứt chúng đi mà không phải băn khoăn gì.

Trở lại với giấy tờ bảo hành. Phương pháp sắp xếp mà tôi gợi ý là hãy đặt tất cả chúng vào trong một chiếc cặp nhựa mà không cần phải phân chia chúng thành từng nhóm. Rút cuộc giấy bảo hành chỉ có thể dùng đến một lần trong năm. Việc sắp xếp và phân loại kĩ càng những giấy tờ này là không cần thiết vì nhiều khả năng là ít khi cần dùng đến chúng. Hơn nữa, nếu bạn đã xếp chúng vào trong cặp hồ sơ nhiều ngăn thì bạn sẽ phải lật giở từng trang để tìm đúng giấy bảo hành mình cần. Trong trường hợp đó, một cách dễ dàng là cất giữ tất cả trong cùng một túi hồ sơ, khi cần thì lấy hết ra và tìm đúng thứ mình cần.

Nếu phân loại quá chi tiết, điều này đồng nghĩa với việc bạn sẽ ít có cơ hội hơn để xem từng giấy bảo hành. Trước khi bạn nhận ra điều này, có thể giấy bảo hành đã hết hạn. Nếu bạn phải xem xét kĩ càng tất cả khi chỉ cần tìm một tờ giấy bảo hành nào đó thôi thì đây lại là cơ hội tuyệt vời để kiểm tra ngày hết hạn của các giấy bảo hành khác. Với phương pháp này, bạn sẽ không bị phiền toái vì phải thận trọng kiểm tra mọi giấy tờ bảo hành trong cặp hồ sơ chỉ để biết ngày hết hạn bảo hành, và thường là bạn không phải mua những chiếc cặp nhựa để cất giấy tờ bảo hành bởi vì gần như nhà nào cũng có ít nhất một chiếc. Cuối cùng, phương pháp này chỉ chiếm 1/10 diện tích so với những phương pháp thông thường khác.

THIỆP CHÚC MỪNG

Ở Nhật Bản có phong tục gửi thiệp chúc mừng tới mọi người nhân dịp Năm Mới (nhiều chiếc thiệp còn in xổ số ở bên dưới). Điều này có nghĩa mỗi chiếc thiệp sẽ hoàn thành sứ mệnh của nó vào thời khắc người nhận đọc xong lời chúc mừng trên thiệp. Sau khi kiểm tra xem những con số trên thiệp có trúng giải xổ số nào không, bạn có thể bỏ chúng đi với sự trân trọng vì chúng đã truyền tải tới bạn sự quan tâm của người gửi. Nếu bạn giữ lại những tấm thiệp để xác minh địa chỉ gửi đi cho năm tiếp theo, vậy thì chỉ giữ chúng trong vòng một năm. Hãy vứt bỏ bất kì tấm thiệp nào đã hai hoặc ba năm tuổi, ngoại trừ những tấm thiệp mang lại niềm vui cho tâm hồn bạn.

SỔ SÉC ĐÃ QUA SỬ DỤNG

Sổ séc đã qua sử dụng là những thứ đã được dùng xong rồi. Bạn sẽ không xem lại chúng nữa, và dù có xem lại thì cũng không làm tăng thêm số tiền của bạn trong ngân hàng, vì thế hãy vứt bỏ chúng.

PHIẾU THANH TOÁN TIỀN LƯƠNG

Mục đích của phiếu thanh toán tiền lương là thông báo cho bạn biết số tiền lương bạn được trả tháng này. Ngay khi bạn xem xong nội dung, nó không còn hữu ích nữa.

Komono (đồ tạp loại 1)

Hãy giữ lại vì yêu thích – chứ không phải "vốn là như thế"

Tôi mở một chiếc ngăn kéo trong nhà của một khách hàng và phát hiện ra một chiếc hộp nhỏ kì lạ, chỉ chờ được mở ra, giống như một cuốn sách hứa hẹn một câu chuyện hấp dẫn. Nhưng với tôi, nó chẳng có chút gì thú vị cả. Tôi biết rõ mình sẽ tìm thấy thứ gì bên trong. Những đồng xu lẻ, kẹp tóc, tẩy, cúc áo dự phòng, các bộ phận của đồng hồ đeo tay, pin mới hoặc đã hỏng, thuốc chưa dùng đến, bùa may mắn và móc chìa khóa. Danh sách này vẫn còn tiếp tục. Tôi biết thừa câu trả lời của họ nếu như tôi hỏi tại sao những thứ đó lại ở trong hộp: "Vốn là như thế mà".

Có nhiều thứ trong nhà được đối xử theo cùng một cách. Chúng ta đặt để, cất giữ và tích trữ chúng theo kiểu "vốn là như thế", mà không suy nghĩ gì nhiều. Tôi gọi nhóm này là *komono*, trong tiếng Nhật, thuật ngữ này được định nghĩa khá đa dạng: "những vật nhỏ; những vật tạp loại; phụ kiện; đồ linh tinh hoặc dụng cụ nhỏ; các bộ phận hoặc linh kiện; người tầm thường; trẻ nhỏ". Chẳng lạ gì khi người ta lại không biết phải làm gì với những thứ thuộc một nhóm mơ hồ như vậy. Do đó, đã đến lúc nói lời từ biệt với cách tiếp cận "vốn là như thế". Những vật kể trên trợ giúp hữu ích cho cuộc sống của chúng ta và do đó, chúng cũng xứng đáng được đánh giá từng thứ một và phân loại cẩn thận.

Không giống như quần áo hoặc sách vở, nhóm này bao gồm một loạt các vật đa dạng và vì thế, ý nghĩ cố gắng phân loại và sắp xếp chúng có thể khiến bạn nản chí. Tuy nhiên, nếu bạn xử lí chúng theo đúng thứ tự, nhiệm vụ này hóa ra lại khá đơn giản. Thứ tự cơ bản để phân loại *komono* như sau:

1. Đĩa CD, DVD

2. Các sản phẩm dưỡng da

3. Đồ trang điểm

4. Phụ kiện

5. Vật có giá trị (hộ chiếu, thẻ tín dụng, v.v.)

6. Vật dụng và thiết bị điện (máy ảnh kĩ thuật số, cầu chì, bất kì thứ gì có thể dính líu đến "điện")

7. Dụng cụ gia đình (giấy viết và văn phòng phẩm, kim chỉ, v.v.)

8. Vật phẩm gia đình (có thể mở rộng ra như thuốc men, chất tẩy rửa, giấy ăn, v.v.)

9. Dụng cụ nhà bếp/nhu yếu phẩm

10. Khác

(Nếu bạn có nhiều thứ liên quan tới một sở thích cụ thể, chẳng hạn dụng cụ trượt tuyết, thì hãy coi chúng như một nhóm riêng.)

Tôi khuyến nghị bạn nên theo thứ tự này bởi sẽ dễ dàng hơn cho bạn nếu bắt đầu từ những thứ có tính cá nhân nhiều hơn và dễ xác định nội dung. Nếu bạn sống một mình, bạn thực sự không cần lo ngại về thứ tự này miễn là bạn sắp xếp gọn ghẽ từng nhóm một. Nhiều người sống với những thứ không cần thiết xung quanh, nhưng họ để mặc vì "vốn là như thế". Tôi muốn bạn hãy xử lí ngay đống *komono* của mình, và chỉ giữ lại, tôi nhấn mạnh là chỉ giữ lại, những thứ mang lại cho bạn niềm vui.

Komono (đồ tạp loại 2)

Đồ dùng một lần – những thứ giữ lại chỉ vì "vốn là như thế".

Có một số lượng đáng kinh ngạc những thứ có thể xác định nhanh chóng mà thậm chí không cần phải hỏi: "Thứ này có mang lại niềm vui không?" Ở trên tôi đã chỉ ra cách từ bỏ những thứ mà bạn thấy là khó có thể bỏ đi được. Khi dọn dẹp nhà cửa, một điều quan trọng không kém là nhận thấy những thứ mà bạn cất giữ "chẳng vì một lí do cụ thể nào cả". Đa số mọi người không nhận thức được những thứ đồ linh tinh chiếm diện tích trong nhà họ đến mức nào.

QUÀ TẶNG

Một chiếc đĩa là quà cưới của ai đó tặng cho bạn vẫn nằm nguyên trong hộp đựng trên nóc của chiếc tủ đựng bát đĩa. Một chiếc móc chìa khóa là quà kỉ niệm của một người bạn giờ đây nằm trong ngăn kéo. Hay một hộp nhang trầm là quà sinh nhật của đồng nghiệp tặng cho bạn. Tất cả những thứ trên có điểm chung là gì? Chúng đều là quà tặng. Một ai đó quan trọng với bạn đã dành thời gian quý báu để chọn mua chúng tặng bạn. Chúng thể hiện cho tình yêu và sự trân trọng. Bạn không thể vứt bỏ chúng đi, phải không?

Nhưng chúng ta hãy xem xét chúng kĩ càng hơn. Phần lớn những quà tặng này vẫn chưa được mở ra hoặc chưa một lần sử dụng. Hãy thừa nhận thực tế này. Đơn giản vì chúng không hợp với thị hiếu của bạn. Mục đích thực sự của một món quà là để được nhận. Quà tặng không đơn thuần là "những đồ vật" mà là một công cụ để truyền tải những cảm xúc của ai đó. Khi nhìn từ quan điểm này, bạn sẽ không cần phải cảm thấy có lỗi vì vứt bỏ một món quà đi. Nó đã mang lại cho bạn niềm vui từ lúc mới nhận được rồi. Tất nhiên, sẽ là lí tưởng nếu bạn có thể sử dụng nó một cách vui thích. Nhưng chắc chắn là người đã tặng nó cho bạn không muốn bạn phải miễn cưỡng sử dụng nó, hoặc để dành nó mà không sử dụng, chỉ để khỏi thấy có lỗi. Khi bạn bỏ quà tặng đi, bạn làm thế cũng là vì người trao tặng mà thôi.

BAO BÌ ĐỰNG ĐỒ ĐIỆN

Những chiếc hộp đựng nhiều đến mức đáng ngạc nhiên. Vì thế hãy vứt bỏ hộp đựng đồ điện ngay khi bạn mở nó ra. Bạn không cần sổ tay hướng dẫn sử dụng hoặc đĩa CD kèm theo. Bạn sẽ tìm ra những ứng dụng mình cần thông qua quá trình sử dụng. Tất cả khách hàng của tôi đã vứt bỏ những thứ như vậy và không ai trong số họ từng thấy bất tiện khi thiếu chúng. Nếu bạn gặp phải vấn đề nào đó, bạn luôn có thể tìm được sự giúp đỡ ở cửa hàng mà bạn đã mua thiết bị đó. Sẽ nhanh chóng hơn nhiều khi hỏi một chuyên gia thay vì cố gắng tự mình tìm ra câu trả lời trong sổ tay hướng dẫn sử dụng.

DÂY RỢ KHÔNG RÕ MỤC ĐÍCH

Nếu bạn thấy một sợi dây và tự hỏi nó dùng cho việc quái nào thế nhỉ, thì nhiều khả năng là bạn sẽ không bao giờ dùng đến nó. Những sợi dây huyền bí sẽ luôn là như thế - một sự huyền bí. Liệu bạn có lo rằng có thể một lúc nào đó bạn sẽ cần dùng đến nó khi một thứ gì đó bị gãy? Đừng lo về chuyện đó. Tôi đã chứng kiến vô số gia đình có những dây rợ tương tự nhưng một mớ dây như thế chỉ khiến bạn cảm thấy khó tìm ra sợi dây phù hợp. Rốt cuộc, mua một sợi dây mới là cách nhanh chóng hơn nhiều. Chỉ giữ lại những sợi dây mà bạn có thể xác định mục đích rõ ràng và bỏ tất cả số dây còn lại. Bộ sưu tập dây rợ của bạn chắc chắn không hơn gì ngoài mấy sợi dây của những máy móc đã hỏng mà bạn đã bỏ đi từ lâu rồi.

CÚC DỰ PHÒNG

Bạn sẽ không bao giờ dùng đến cúc dự phòng. Trong hầu hết các trường hợp, khi một chiếc cúc bung ra, đó là dấu hiệu cho thấy chiếc áo sơ mi hay áo khoác nào đó đã cũ sờn và đã tới điểm cuối vòng đời của nó. Đối với những chiếc áo choàng và áo vét bạn muốn giữ lại lâu dài, tôi khuyên bạn nên đơm cúc dự phòng vào lớp vải lót ngay khi mới mua chúng. Đối với những quần áo khác, nếu bạn mất một chiếc cúc và thực sự muốn thay cúc mới, bạn luôn có được điều mình cần bằng cách tới một cửa hiệu may vá. Từ thực tiễn công việc của mình, tôi đi đến kết luận là khi một chiếc cúc rơi ra, người ta thường không buồn đơm chiếc cúc mới cho dù họ có cúc dự phòng. Thay vào đó, hoặc là họ tiếp tục mặc trang phục thiếu cúc đó hoặc cất nó đâu đó trong tủ quần áo. Nếu thực tế là dù thế nào bạn cũng sẽ không dùng đến cúc dự phòng, vậy thì cũng chẳng sao nếu bạn vứt chúng đi.

HỘP ĐỰNG THIẾT BỊ ĐIỆN

Một vài người giữ lại những chiếc hộp đựng thiết bị điện bởi họ nghĩ như thế có thể được giá hơn khi bán lại những thiết bị này. Tuy nhiên, việc này chỉ khiến bạn lãng phí thời gian. Nếu xem xét chi phí mà bạn bỏ ra thì sẽ thấy việc biến không gian của bạn thành nơi cất giữ những chiếc hộp rỗng sẽ khiến bạn phí tổn nhiều hơn cả số tiền mà bạn có thể kiếm được từ việc bán một thiết bị còn nguyên hộp. Bạn cũng không cần giữ chúng vì lí do vận chuyển. Bạn có thể lo lắng về việc phải tìm những chiếc hộp phù hợp khi phải vận chuyển đồ đạc. Thế nhưng thật buồn cười nếu để một chiếc hộp tẻ ngắt chiếm dụng không gian trong nhà bạn chỉ vì bạn có thể cần dùng đến nó vào một ngày nào đó.

TI VI VÀ ĐÀI ĐÃ HỎNG

Tôi thường bắt gặp những chiếc ti vi và đài hỏng ở nhà của các khách hàng. Hiển nhiên, không có lí do gì để giữ lại chúng. Nếu bạn cũng có những thiết bị đã hỏng, hãy xem đây là cơ hội để bạn liên hệ với cơ sở tái chế địa phương và từ bỏ chúng.

DỌN GIƯỜNG CHO VỊ KHÁCH
KHÔNG BAO GIỜ ĐẾN

Một chiếc đệm hoặc giường gấp, chăn, gối, ga giường – một bộ đồ giường ngủ như thế chiếm rất nhiều diện tích. Đó là thứ phổ biến nữa được vứt bỏ trong các bài học của tôi, và lại một lần nữa, các khách hàng của tôi hiếm khi bỏ lỡ cơ hội này. Mặc dù đáng để chuẩn bị giường chiếu và phòng ở nếu như bạn thường xuyên có khách đến nhà, nhưng thực sự không cần thiết nếu như bạn chỉ có vài vị khách ở qua đêm một đôi lần mỗi năm. Nếu thực sự cần một bộ đồ giường ngủ như vậy, bạn có thể thuê, đó là cách thay thế mà tôi khuyên bạn nên áp dụng. Đồ giường ngủ cất vô thời hạn trong tủ đồ thường bốc mùi ẩm mốc đến mức bạn sẽ không muốn để khách của mình sử dụng nó.

MỸ PHẨM DÀNH CHO NHỮNG CHUYẾN ĐI

Bạn có bộ mỹ phẩm để nguyên chưa dùng suốt cả năm hoặc không mấy khi sử dụng đến hay không? Nhiều người cất giữ đồ mỹ phẩm để sử dụng cho những chuyến đi, nhưng khi đi đâu đó dường như họ lại không bao giờ lấy chúng ra. Tôi đã liên hệ với nhiều nhà sản xuất để hỏi về vòng đời của những sản phẩm này. Câu trả lời rất khác nhau. Một vài thứ chỉ có thời hạn trong vài tuần trong khi những thứ khác vẫn còn dùng tốt trong một năm. Khi số lượng rất nhỏ thì chất lượng của mỹ phẩm càng xuống cấp nhanh hơn. Sử dụng mỹ phẩm đã hết hạn, đặc biệt khi bạn sắp sửa hưởng thụ những chuyến đi vui vẻ, dường như là điều vô cùng dại dột.

NHỮNG SẢN PHẨM CHĂM SÓC SỨC KHỎE THỜI THƯỢNG

Thắt lưng giảm béo, các chai thủy tinh đựng tinh dầu trị liệu, máy ép nước hoa quả chuyên dụng, máy giảm cân tạo chuyển động như cưỡi ngựa – dường như sẽ thật lãng phí nếu vứt bỏ những thứ giá trị này đi giống như những thứ bạn đã đặt mua qua Internet nhưng không bao giờ dùng đến. Hãy tin tôi, tôi có thể hiểu chuyện này. Thế nhưng bạn có thể bỏ chúng đi. Bạn đã có được niềm vui khi mua chúng. Hãy bày tỏ sự cảm kích vì những đóng góp của chúng đối với cuộc sống của bạn bằng cách nói với chúng: "Cảm ơn sự nổi tiếng mà bạn mang lại cho tôi khi tôi mua bạn", hoặc "Cảm ơn bạn đã giúp tôi thon gọn hơn trước". Sau đó hãy bỏ chúng đi với niềm tin rằng bạn trở nên khỏe mạnh hơn vì đã mua chúng.

NHỮNG SẢN PHẨM MỚI MIỄN PHÍ

Một dụng cụ làm sạch màn hình điện thoại khi mua một chai soda, một chiếc bút bi khắc tên trường của bạn, một chiếc quạt ở một sự kiện, một vật may mắn gắn kèm chai nước ngọt, một bộ cốc nhựa là phần thưởng trong trò chơi xổ số của cửa hàng, những chiếc cốc in logo của một công ty bia, miếng giấy ghi chú có nhãn của một công ty dược, một tập 5 tờ giấy thấm, một cuộn lịch quảng cáo (vẫn còn nguyên trong ống đựng), một cuốn lịch bỏ túi (chưa dùng đến trong vòng 6 tháng). Không thứ nào trong đó mang lại niềm vui cho bạn. Đừng băn khoăn gì hết, hãy vứt chúng đi.

Những vật có giá trị tình cảm

Nhà bố mẹ không phải là thiên đường cho những vật kỉ niệm của bạn

Giờ đây bạn đã sắp xếp xong quần áo, sách vở, giấy tờ và *komono*, đã đến lúc bạn có thể xử lí nhóm cuối cùng – những thứ chứa đựng giá trị cảm xúc. Tôi để nhóm này sau cùng là vì những thứ thuộc nhóm này khiến bạn khó có thể từ bỏ. Một vật kỉ niệm nhắc chúng ta nhớ lại khoảng thời gian mà nó mang niềm vui đến cho chúng ta. Suy nghĩ phải vứt bỏ chúng gợi ra nỗi lo sợ là bạn sẽ mất đi những kỉ niệm quý giá gắn với chúng. Nhưng bạn không cần phải lo lắng. Những kỉ niệm quý giá thực sự sẽ không bao giờ biến mất chỉ vì bạn đã bỏ đi những vật gắn liền với chúng. Mặt khác, khi nghĩ về tương lai, có đáng để giữ lại những vật kỉ niệm rồi đến lúc nào đó bạn sẽ quên? Chúng ta đang sống trong hiện tại. Dẫu cho có những thứ tuyệt vời từng tồn tại thì chúng ta cũng không thể sống mãi trong quá khứ được. Niềm vui và sự hứng khởi mà chúng ta cảm nhận ở đây và lúc này mới là điều quan trọng hơn cả. Vì thế, một lần nữa, cách quyết định xem thứ gì đó có nên giữ lại hay không là cầm nó lên và tự hỏi bản thân: "Thứ này có mang lại niềm vui không?"

Tôi sẽ kể cho bạn nghe về một khách hàng của tôi mà tôi gọi là "A". Cô ấy là một bà mẹ 30 tuổi có hai đứa con, sống trong một gia đình gồm 5 người. Khi tới thăm nhà cô trong lần gặp thứ hai, tôi thấy rõ ràng là số lượng đồ vật trong nhà cô đã giảm xuống. Tôi nói: "Thực sự là cô đã làm việc chăm chỉ đấy. Trông như thể cô đã bỏ đi đến cả 30 túi đồ."

Với vẻ hài lòng, cô ấy nói: "Vâng, đúng thế! Tôi đã gửi tất cả các vật kỉ niệm của mình sang nhà bố mẹ". Tôi gần như không tin nổi vào tai mình. Cô ấy đã sử dụng phương pháp dọn dẹp "gửi đồ đạc sang nhà bố mẹ". Khi mới bắt đầu khởi sự công việc giảng dạy và tư vấn về dọn dẹp, lúc đó tôi thực sự đã nghĩ rằng việc gửi đồ đạc "về nhà" là đặc quyền của những người vốn sống trong những ngôi nhà lớn ở miền thôn quê. Nhiều người trong số các khách hàng của tôi là những bà mẹ đơn thân hoặc những bà mẹ trẻ sống ở Tokyo. Nếu họ xin phép được gửi đồ đạc về nhà bố mẹ, tôi nói: "Được chứ. Miễn là bạn làm ngay tức khắc." Tôi không bao giờ nghĩ ngợi gì về chuyện này cho đến khi nhóm khách hàng của tôi mở rộng tới những ngôi nhà ở miền thôn quê. Khi biết được tình trạng thực tế ở nhà bố mẹ của họ, tôi buộc phải rút lại ý kiến vội vã của mình.

Giờ đây tôi nhận ra rằng những người sống trong một căn hộ có đồ được gửi, chẳng hạn nhà bố mẹ của ai đó, thực sự không may mắn. Thậm chí nếu ngôi nhà rộng rãi với những phòng bỏ trống thì nó cũng không thể mở rộng không gian vô hạn tới chiều thứ tư được. Người ta không bao giờ tìm lại được những chiếc hộp mà họ đã gửi về "nhà". Ngay khi được gửi đi, nó sẽ không bao giờ được mở ra lần nào nữa.

Nhưng hãy để tôi quay lại với câu chuyện của mình. Một thời gian sau, mẹ của A bắt đầu tham gia khóa học của tôi. Tôi biết rằng nếu bà ấy đi học, chúng tôi sẽ phải xử lí những đồ đạc mà A đã gửi về nhà. Khi tới thăm nhà mẹ của A, tôi thấy phòng của A được để nguyên không đụng chạm đến. Đồ đạc của cô xếp đầy trên giá sách và trong tủ đồ, và còn có cả hai chiếc thùng lớn để trên sàn. Giấc mơ của mẹ cô là có một không gian cho riêng mình mà ở đó bà có thể thư giãn, thế nhưng thậm chí dù A đã chuyển đi từ lâu, đồ đạc của cô vẫn được cất giữ trân trọng trong phòng của cô. Và không gian duy nhất mà mẹ cô cảm thấy thuộc về mình chính là nhà bếp. Chuyện này dường như rất bất bình thường. Tôi đã liên lạc với A và nói: "Mẹ con bạn sẽ không thể tốt nghiệp khóa học này cho đến khi cả hai xử lí được tất cả những thứ mà bạn đã bỏ lại nhà của bố mẹ".

Vào ngày chúng tôi gặp nhau lần cuối, trông A vô cùng hạnh phúc. "Bây giờ tôi đã có thể vui hưởng quãng đời còn lại mà không phải bận lòng gì nữa." Cô đã trở về nhà bố mẹ và dọn dẹp mọi đồ đạc của mình. Trong hai chiếc hộp để trên sàn, cô đã tìm thấy nhật kí, những bức ảnh của bạn trai cũ, một núi thư từ và bưu thiếp... "Tôi thật là ngốc khi gửi những thứ mà tôi không muốn từ bỏ về nhà của bố mẹ. Khi xem lại từng thứ một, tôi nhận ra rằng mình đã từng sống trong những giây phút hạnh phúc ấy và tôi có thể cảm ơn những vật kỉ niệm của mình vì chúng đã mang lại cho tôi những khoảnh khắc tuyệt vời. Khi vứt bỏ chúng, tôi cảm thấy như thể lần đầu tiên trong đời đối diện với quá khứ của chính mình."

Vậy đấy. Bằng cách cầm lấy từng vật có giá trị tình cảm và quyết định xem nên bỏ thứ gì, bạn đang trải nghiệm lại quá khứ. Nếu bạn chỉ xếp gọn những thứ này vào trong ngăn kéo hoặc hộp các tông, thì trước khi bạn kịp nhận ra, quá khứ sẽ trở thành một gánh nặng kéo bạn lùi trở lại và ngăn bạn sống trong hiện thực. Vì thế, dọn dẹp đồ đạc cũng có nghĩa là dọn dẹp quá khứ. Nó giống như thể bạn đang tái lập lại cuộc sống và thanh lí những tồn đọng để bạn có thể tiếp tục tiến về phía trước.

Tranh ảnh và đồ lưu niệm
Hãy yêu thương con người bạn lúc này

Thứ cuối cùng trong thể loại vật dụng lưu giữ tình cảm là các bức ảnh. Tất nhiên tôi có lí do chính đáng để xếp tranh ảnh sau cùng. Nếu bạn đang trong quá trình sắp xếp và loại bỏ vật dụng theo trật tự mà tôi khuyến nghị, thì có thể bạn đã bắt gặp các bức ảnh ở nhiều chỗ khác nhau, chẳng hạn như bị kẹp giữa các cuốn sách trên giá sách, nằm trong ngăn kéo bàn hoặc ẩn mình trong hộp đựng đồ lặt vặt. Trong khi nhiều bức ảnh đã yên vị trong các cuốn album thì tôi dám chắc là bạn sẽ thấy một hay hai bức hình gửi kèm theo thư hoặc nằm trong chiếc phong bì của cửa hiệu ảnh vẫn còn chưa mở. (Tôi không hiểu tại sao có nhiều người lại để ảnh trong những chiếc phong bì như vậy.) Bởi những bức ảnh có xu hướng hiện ra ở những nơi không mong chờ nhất khi chúng ta đang xếp loại những vật dụng khác, cho nên tốt nhất là mỗi khi tìm thấy một bức ảnh, chúng ta hãy để nó vào một nơi xác định và xử lí tất cả các bức ảnh vào lúc sau cùng.

Còn một lí do nữa khiến tôi để việc sắp xếp ảnh sau cùng. Nếu bạn bắt đầu sắp xếp ảnh trước khi mài giũa trực giác của mình về chuyện việc này sẽ mang lại cho bạn niềm vui, thì toàn bộ quá trình sắp xếp, phân loại vật dụng sẽ mất kiểm soát, trở nên rối bời và không đi đến đâu. Trái lại, nếu bạn tuân theo đúng thứ tự của việc sắp xếp gọn gàng (tức là từ quần áo, sách vở, giấy tờ, *komono* rồi mới tới các vật lưu giữ tình cảm), thì quá trình phân loại sẽ diễn ra suôn sẻ và bạn sẽ phải kinh ngạc về khả năng lựa chọn điều mang lại cảm giác thư thái, khoan khoái cho chính mình.

Bạn hãy nhớ là chỉ có một cách duy nhất để sắp xếp ảnh mà lại mất ít thời gian. Phương pháp đúng là gỡ toàn bộ ảnh ra khỏi các cuốn album và xem kĩ từng bức ảnh. Những ai phản đối cách làm này và cho rằng đây là việc làm kém hiệu quả là những người không bao giờ thực sự sắp xếp lại ảnh của mình. Các bức ảnh chỉ tồn tại để cho thấy một sự kiện hoặc thời khắc cụ thể nào đó. Do đó, bạn cần xem lại từng bức ảnh một. Khi làm thế, bạn sẽ ngạc nhiên vì mình có thể thấy rõ sự khác biệt giữa những bức ảnh khiến bạn rung động và những bức ảnh không để lại cảm xúc nào. Thường thì người ta chỉ giữ lại những bức ảnh khơi gợi cảm xúc cho bản thân.

Với phương pháp này, bạn sẽ chỉ cần khoảng 5 giờ cho cuộc hành trình đặc biệt đó, nhưng lại khiến khoảng thời gian còn lại trong ngày tràn đầy những hình ảnh sống động. Những thứ thực sự quan trọng không cần số lượng lớn. Những bức ảnh ghi lại những cảnh tượng không vui thậm chí không đáng để bỏ vào thùng rác. Ý nghĩa của một bức ảnh nằm ở sự vui sướng mà bạn cảm thấy khi xem nó. Trong nhiều trường hợp, những bức ảnh in phát triển sau này đã tồn tại lâu hơn mục đích ban đầu của chúng.

Đôi khi người ta giữ cả đống ảnh trong một chiếc hộp lớn với ý định sẽ vui thú xem lại chúng vào một ngày nào đó khi về già. Tôi có thể nói với bạn rằng "cái ngày nào đó" sẽ chẳng bao giờ đến. Tôi không thể đếm hết được mình đã chứng kiến có bao nhiêu chiếc hộp đựng những bức ảnh không được sắp xếp đã bị bỏ lại khi ai đó qua đời. Sau đây là đoạn đối thoại điển hình của tôi với các khách hàng:

"Chiếc hộp đó đựng gì thế?"

"Những bức ảnh."

"Anh có thể sắp xếp chúng sau cùng."

"Ồ, nhưng chúng không phải là ảnh của tôi. Đó là các bức ảnh của ông tôi."

Mỗi lần nói chuyện như vậy lại khiến tôi cảm thấy buồn. Tôi không thể cầm lòng được với suy nghĩ rằng cuộc sống của những người quá cố ấy chắc hẳn sẽ phong phú hơn nếu như khoảng trống bị chiếc hộp đó chiếm chỗ được giải phóng khi họ còn sống. Bên cạnh đó, khi về già, chúng ta cũng không thể sắp xếp ảnh được. Nếu bạn đang bỏ mặc nhiệm vụ này trong khi bạn vẫn đang ngày một già đi, thì đừng đợi chờ thêm nữa. Hãy sắp xếp lại ảnh ngay bây giờ. Bạn sẽ thích thú với những bức ảnh hơn nhiều so với khi bạn đã già nua – khi đó, nếu những bức ảnh vẫn còn nằm nguyên trong album, bạn sẽ phải sắp xếp và phân loại cả một thùng ảnh nặng nề.

Một thứ nữa không khác gì các bức ảnh cũng khiến bạn cảm thấy khó khăn trong việc loại bỏ bớt đi, đó là những vật kỉ niệm của con cái bạn. Chẳng hạn một món quà có dòng chữ "Con cảm ơn cha." Một bức tranh do con trai bạn vẽ được giáo viên chọn để treo ở sảnh chính của trường học hoặc một món đồ trang trí do con gái bạn tự làm. Nếu những thứ này vẫn mang lại cho bạn niềm vui, vậy thì chúng đáng được giữ lại. Nhưng nếu các con của bạn đã trưởng thành và bạn giữ các vật kỉ niệm này vì bạn nghĩ việc bỏ chúng đi sẽ làm tổn thương con mình, vậy thì hãy hỏi các con của bạn. Gần như chắc chắn là chúng sẽ nói: "Gì thế ạ? Cha/mẹ vẫn giữ cơ à? Cha/mẹ cứ việc bỏ nó đi thôi ạ."

Còn những thứ thuộc về tuổi thơ của bạn thì sao? Bạn có còn giữ những bản báo cáo của nhà trường hay những chứng chỉ của các kì thi không?

Khi khách hàng của tôi lôi ra một bộ đồng phục từ 40 năm trước, tôi có cảm giác tim mình như thắt lại vì xúc động. Nhưng bạn vẫn nên vứt bỏ chúng đi. Hãy bỏ tất cả những bức thư của bạn gái hoặc bạn trai đã gửi cho bạn từ nhiều năm trước. Đến lúc này, người viết bức thư đó từ lâu đã quên những gì mà anh ta hoặc cô ta đã viết và thậm chí quên cả sự tồn tại của chính bức thư đó. Còn những phụ kiện mà bạn từng được tặng, hãy giữ lại chỉ khi chúng thực sự mang lại cho bạn niềm vui. Nếu bạn giữ chúng vì bạn không thể quên được người bạn trai cũ, thì tốt nhất là bạn nên bỏ chúng đi. Quyến luyến với chúng chỉ khiến bạn bỏ lỡ cơ hội có được những mối quan hệ mới mà thôi.

Đó không chỉ là những kỉ niệm mà còn là con người mà chúng ta đã trở thành, bởi vì chúng thể hiện những trải nghiệm trong quá khứ mà chúng ta trân quý. Đây chính là bài học mà những vật kỉ niệm dạy chúng ta khi chúng ta sắp xếp chúng. Khoảng trống để chúng ta sống lúc này là vì con người mà chúng ta đang trở thành, chứ không phải vì con người của chúng ta trong quá khứ.

Những kho tích trữ đáng kinh ngạc

Tôi thường phải đối mặt với hai điều đáng ngạc nhiên khi giúp các khách hàng xếp đặt lại trật tự trong ngôi nhà của họ: những vật hết sức khác thường và số lượng đồ khổng lồ. Tình cờ là lúc nào tôi cũng gặp phải điều đáng ngạc nhiên đầu tiên ấy. Đó có thể là một chiếc micrô của một ca sĩ hoặc những dụng cụ nấu ăn mới nhất của một ai đó thích nấu nướng. Thế là hàng ngày tôi đều có được những cuộc chạm trán thú vị với những món đồ không biết đâu mà lần. Chuyện này bình thường thôi vì các khách hàng của tôi có sở thích và nghề nghiệp hết sức đa dạng.

Với tôi, cú sốc thực sự là khi phát hiện ra cả một kho lớn của đúng một thứ đồ mà bạn có thể tìm thấy ở bất cứ gia đình nào. Khi làm việc, tôi luôn ghi lại số lượng tạm tính của những món đồ khác nhau mà khách hàng sở hữu và đặc biệt để mắt đến bảng xếp hạng về những món đồ được cất giữ vì những kỉ lục thường được xác lập nhanh chóng. Ví dụ, có lần tôi phát hiện ra bộ sưu tập lớn bàn chải đánh răng ở nhà của một khách hàng. Kỉ lục được lập trước đó là 35 chiếc bàn chải đánh răng. Dường như bộ sưu tập này thậm chí còn lớn hơn. "Có lẽ chị có nhiều hơn một chút so với nhu cầu chị cần," tôi nhận xét như thế và chúng tôi cùng cười vui vẻ. Nhưng đúng là kỉ lục mới này đã vượt xa kỉ lục cũ. Khách hàng này có tới 60 chiếc bàn chải đánh răng! Được xếp trong những chiếc hộp đặt trong tủ đựng đồ bên dưới bồn rửa mặt, chúng trông giống như một tác phẩm nghệ thuật. Điều thú vị là cách mà tâm trí con người cố gắng tạo ra ý nghĩa cho những thứ chẳng có ý nghĩa cả. Tôi cứ suy nghĩ mãi về chuyện có phải vì cô ấy đánh răng quá kĩ nên mỗi ngày lại dùng một chiếc hay không, hay là cô ấy đánh mỗi chiếc răng bằng một bàn chải.

Chuyện ngạc nhiên khác là một kho chứa 30 thùng giấy bóng gói thực phẩm. Tôi mở tủ bếp bên trên bồn rửa bát và thấy một đống những thứ giống như những khối LEGO lớn màu vàng. Khách hàng của tôi giải thích: "Tôi sử dụng giấy bóng hàng ngày vì nó rất tiện dụng." Nhưng thậm chí cô ấy có dùng hết một hộp mỗi tuần thì số lượng đó cũng phải hơn nửa năm mới hết được. Mỗi cuộn giấy bóng có độ dài thông thường là 20m. Để mỗi tuần dùng hết một cuộn, bạn sẽ phải bọc 66 lần cho một tấm có đường kính 20cm, thậm chí có thể phóng tay hơn nữa cũng được. Chỉ nghĩ đến việc lặp đi lặp lại hành động kéo và xé giấy bóng nhiều lần như vậy cũng đủ khiến tôi bị hội chứng ống cổ tay[1] rồi.

---

[1] Hội chứng ống cổ tay: hội chứng gây tê tay và teo bàn tay do làm việc bằng tay thường xuyên ở một tư thế cố định nào đó trong thời gian dài. (ND)

Còn về giấy vệ sinh, kỉ lục tích trữ đạt đến con số 80 cuộn. Khách hàng của tôi phân trần: "Cô biết đấy, tôi bị yếu đường ruột... Tôi dùng giấy vệ sinh nhanh lắm." Nhưng cho dù dùng hết một cuốn giấy mỗi ngày thì bà ấy vẫn có đủ lượng cung cấp ít nhất trong vòng 3 tháng.

Tuy nhiên, tột bậc phải là một kho 20.000 cái tăm bông vệ sinh, tích trữ 100 hộp, mỗi hộp đựng 200 cái tăm bông. Nếu khách hàng của tôi dùng một cái tăm bông mỗi ngày thì cô ấy cần đến 55 năm mới sử dụng hết số lượng đó. Cái tăm bông cuối cùng được dùng vào ngày cuối cùng có lẽ sẽ là cái tăm bông thần thánh.

Có lẽ bạn khó mà tin được những con số này, nhưng tôi không đùa đâu. Điều kì lạ ở chỗ không một ai trong số các khách hàng trên nhận ra họ thực sự đang có bao nhiêu vật dụng đó cho đến khi họ bắt đầu thu dọn nhà cửa. Và thậm chí cho dù họ sở hữu một kho tích trữ lớn đến vậy, họ luôn cảm thấy như thể họ vẫn không đủ dùng và lo lắng mình đang dùng hết mất rồi. Với những người hay tích trữ, tôi không nghĩ rằng họ sẽ cảm thấy an toàn với bất kì số lượng nào. Càng có nhiều thì họ càng sợ là mình đang dùng hết, thế là họ càng cảm thấy lo lắng nhiều hơn. Thậm chí cho dù họ còn lại hai chiếc thì họ sẽ đi mua về thêm năm chiếc nữa.

Không giống với một cửa hàng, nếu nhà bạn hết đồ gì đó, chuyện này chẳng có gì to tát cả. Có thể vì bạn đang căng thẳng một chút thôi, nhưng đó không phải là thiệt hại gì không thể sửa chữa được. Nhưng chúng ta làm thế nào để kiểm soát được những kho tích trữ này? Mặc dù giải pháp tốt nhất dường như là nên dùng bằng hết tất cả các đồ tích trữ đó, nhưng trong nhiều trường hợp chúng đã hết hạn sử dụng từ lâu và cần phải quẳng đi. Tôi đặc biệt khuyến nghị bạn nên bỏ lượng tích trữ dư thừa ngay lập tức. Hãy đem chúng cho những người đang cần sử dụng, hiến tặng hoặc mang chúng đến một cửa hàng tái chế. Bạn có thể nghĩ điều này là lãng phí tiền bạc, nhưng giảm bớt kho tích trữ và gánh nặng của sự dư thừa là cách nhanh nhất và hiệu quả nhất để mọi thứ thuộc về bạn trở nên ngăn nắp.

Ngay khi bạn được trải nghiệm cuộc sống không tích trữ dư thừa, bạn sẽ không muốn từ bỏ cuộc sống ấy và sẽ ngừng tích trữ. Các khách hàng nói với tôi rằng giờ đây cuộc sống của họ trở nên vui vẻ hơn bởi khi thoát được thứ gì đó, họ vui thích xem mình có thể thiếu nó được bao lâu hoặc cố gắng thay thế nó bằng những thứ khác. Điều quan trọng là giờ đây bạn đã xử lí được điều khiển bạn vướng bận và xóa bỏ được sự tích trữ dư thừa.

Hãy sắp xếp bằng cách phân loại, theo trật tự đúng và chỉ giữ lại những thứ mang lại niềm vui. Hãy làm như thế một cách kĩ lưỡng và nhanh chóng. Nếu tuân thủ lời khuyên này, bạn sẽ giảm được đáng kể số lượng những thứ bạn đang có, trải nghiệm niềm vui mà bạn chưa từng biết và tự tin hơn trong cuộc sống.

Vậy thì sở hữu số lượng như thế nào là hoàn hảo? Tôi nghĩ rằng hầu hết mọi người đều không biết câu trả lời. Nếu bạn sống cả đời ở Nhật Bản, gần như chắc chắn là bạn bị bao quanh bởi quá nhiều thứ, hơn hẳn so với nhu cầu. Tình hình này khiến nhiều người không hình dung được họ cần bao nhiêu là đủ cho một cuộc sống thoải mái. **Khi giảm bớt những vật dụng thông qua quá trình dọn dẹp, sẽ tới lúc đột nhiên bạn biết bao nhiêu là đủ với mình.** Bạn sẽ cảm thấy điều đó rõ ràng như thể có thứ gì đó nảy ra trong đầu mình và nói: "À! Đây chính là số lượng mà tôi cần để sống thoải mái. Đây là tất cả những gì tôi cần để cảm thấy hạnh phúc. Tôi không cần bất cứ thứ gì nữa." Sự thỏa mãn bao trùm lấy toàn bộ con người bạn tại thời điểm đó sẽ rất rõ ràng. Tôi gọi nó là "thời điểm nhận thức đúng". Thú vị thay, ngay khi bạn vượt qua thời điểm này, bạn sẽ thấy số lượng mà bạn cần sở hữu không bao giờ tăng lên nữa. Và chính vì vậy mà bạn sẽ không bao giờ muốn quay trở lại thói quen trước đây nữa.

Mỗi người lại có thời điểm nhận thức đúng khác nhau. Với một người yêu giày, đó có thể là 100 đôi, trong khi một người yêu sách không cần thứ gì ngoài sách. Một vài người, như tôi, có nhiều quần áo mặc trong nhà hơn là quần áo mặc khi đi ra ngoài, trong khi những người khác lại thích khỏa thân trong nhà và do đó chẳng cần quần áo mặc trong nhà làm gì. (Bạn sẽ kinh ngạc khi biết được số người có sở thích này.)

Khi dọn dẹp nhà cửa và giảm bớt những vật sở hữu, bạn sẽ thấy những giá trị thực sự của mình là gì, và thứ gì thực sự quan trọng với cuộc sống của bạn. Nhưng đừng chăm chăm vào việc giảm bớt đồ dùng hoặc những cách tích trữ hiệu quả. Thay vào đó, hãy tập trung vào việc lựa chọn những thứ mang lại niềm vui và hưởng thụ cuộc sống theo những tiêu chuẩn của riêng bạn. Đây mới là sự thư thái đúng nghĩa của việc dọn dẹp. Nếu bạn vẫn chưa cảm thấy đạt tới điểm nhận thức đúng, đừng lo lắng. Bạn vẫn có thể tiếp tục giảm bớt đồ dùng. Hãy xử lí công việc này bằng sự tự tin.

Tuân theo trực giác và mọi việc sẽ tốt đẹp

"Hãy chọn những thứ khơi dậy niềm vui khi bạn chạm vào chúng."

"Hãy treo những bộ quần áo khiến bạn cảm thấy hạnh phúc hơn lên móc áo."

"Đừng lo về việc vứt bỏ đi quá nhiều. Sẽ tới lúc bạn thấy điều này là đúng."

Nếu bạn đọc đến đây, nghĩa là bạn đã thấy rằng trong phương pháp của tôi, cảm xúc của bạn là tiêu chuẩn để ra quyết định. Nhiều người có thể bối rối vì những tiêu chí mơ hồ như "những thứ làm bạn rùng mình vui sướng" hoặc "thời điểm nhận thức". Đa số các phương pháp đều xác định những mục tiêu về số lượng rõ ràng, chẳng hạn: "Vứt bỏ bất kì thứ gì mà bạn không dùng đến hai năm qua", hoặc "Bảy chiếc áo vét và mười chiếc áo choàng là con số hoàn hảo", hoặc "Mỗi khi mua một thứ gì mới, hãy vứt bớt một thứ cũ đi." Nhưng tôi tin rằng đây là lí do khiến cho những phương pháp trên chỉ mang lại hiệu quả trái ngược.

Thậm chí nếu những phương pháp trên tạm thời mang lại không gian ngăn nắp, thì một cách tự động, việc tuân theo những tiêu chí được người khác đưa ra và dựa trên "bí quyết" của họ sẽ không có hiệu quả lâu dài. Tất nhiên trừ phi những tiêu chí của họ trùng khớp với những tiêu chuẩn mà bạn cảm thấy là đúng. Chỉ có bạn mới biết môi trường nào khiến bạn cảm thấy hạnh phúc. Hành động thu dọn và lựa chọn đồ vật là việc hoàn toàn mang tính cá nhân. Để tránh phản tác dụng, bạn cần tạo ra phương pháp dọn dẹp với những tiêu chuẩn của riêng mình. Chính vì vậy việc bạn cảm thấy thế nào về mỗi vật mà bạn sở hữu lại có ý nghĩa quan trọng đến vậy.

Sự thực là việc sở hữu quá nhiều những đồ vật mà bạn không thể miễn cưỡng từ bỏ chúng không đồng nghĩa với việc bạn đang quan tâm đúng mức tới chúng. Thực tế thì gần như trái ngược hoàn toàn. Bằng cách giảm bớt số lượng đồ vật đến mức mà bạn có thể kiểm soát, bạn đang mang lại sức sống mới cho mối quan hệ với những vật sở hữu của mình. Nếu chỉ vì bạn quẳng thứ gì đó đi, nó không hẳn có nghĩa là bạn từ bỏ những trải nghiệm trong quá khứ hoặc bản sắc của mình. Thông qua quá trình lựa chọn chỉ những thứ mang lại niềm vui, bạn có thể xác định chính xác thứ mà bạn yêu và thứ mà bạn cần.

Khi chúng ta chân thành đối mặt với những thứ mà mình sở hữu, chúng sẽ gợi lên nhiều cảm xúc trong ta. Những cảm xúc đó hoàn toàn có thực. Đó là những cảm xúc mang lại năng lượng sống cho chúng ta. **Hãy tin vào điều mà con tim mách bảo khi bạn hỏi: "Thứ này có khơi gợi niềm vui?"** Nếu bạn hành động dựa trên trực giác này, bạn sẽ kinh ngạc về cách mà mọi thứ sẽ bắt đầu kết nối trong cuộc sống của bạn và về những thay đổi lớn lao tiếp sau đó. Nó giống như thể cuộc sống của bạn đã thay đổi nhờ phép màu. Dọn dẹp ngôi nhà của bạn là phép màu để tạo ra một cuộc sống sinh động và hạnh phúc.

4

Cất giữ đồ vật ngăn nắp
khiến cuộc sống trở nên thú vị

Xác định chỗ để cho mỗi đồ vật

Đây là lệ thường của tôi hàng ngày khi đi làm về. Đầu tiên, tôi mở cửa và tuyên bố với ngôi nhà của mình: "Tôi về nhà rồi!". Cầm lên đôi giày đi ngày hôm qua đang để ở hành lang, tôi nói: "Cảm ơn bạn nhiều lắm vì bạn đã làm việc chăm chỉ," và để chúng vào trong tủ đựng giày. Sau đó tôi cởi đôi giày đi ngày hôm nay và đặt chúng gọn ghẽ ở hành lang. Tiến về phía bếp, tôi bắc ấm đun nước rồi đi vào phòng ngủ. Ở đó tôi nhẹ nhàng bỏ túi xách xuống thảm trải sàn mềm mại và trút bỏ quần áo mặc đi làm. Tôi cởi áo khoác và lồng vào mắc áo, nói với nó "Làm tốt lắm" rồi tạm thời treo chúng vào nắm đấm cửa của tủ quần áo. Tôi bỏ quần nịt vào chiếc rổ đựng đồ giặt để gọn dưới góc phải của tủ quần áo, mở một chiếc ngăn kéo, chọn bộ quần áo ở nhà để mặc. Tôi chào cái cây trồng trong chậu cao ngang thắt lưng mình đặt cạnh cửa sổ và vuốt ve những chiếc lá của nó.

Việc tiếp theo là lấy toàn bộ đồ trong túi xách ra để trên thảm, sau đó đặt từng món đồ vào đúng vị trí của nó. Trước hết tôi bỏ đi tất cả các biên lai. Sau đó, với lòng biết ơn, tôi bỏ ví vào trong chiếc hộp dành cho nó ở ngăn kéo bên dưới giường ngủ. Tôi đặt vé tháng đi tàu và hộp danh thiếp bên cạnh nó. Tôi để đồng hồ đeo tay vào trong chiếc hộp giả cổ màu hồng ở trong cùng ngăn kéo đó và đặt dây chuyền, hoa tai vào cái khay đựng đồ bên cạnh. Trước khi đóng ngăn kéo lại, tôi nói: "Cảm ơn tất cả các bạn vì những điều các bạn đã làm cho tôi hôm nay."

Tiếp đến, tôi trở lại hành lang để cất sách vở và sổ tay đã mang theo suốt cả ngày (tôi đã biến một giá trong tủ đựng giày thành giá sách). Ở giá bên dưới giá sách, tôi lấy ra "chiếc túi đựng biên lai" và cho các biên lai vào đó. Sau đó tôi đặt chiếc máy ảnh kĩ thuật số mà tôi dùng làm việc ở bên cạnh chiếc túi – đó là nơi dùng để cất các đồ điện. Tôi bỏ giấy loại vào thùng rác ở bên dưới lò bếp. Trong bếp, trong lúc pha trà, tôi vừa kiểm tra thư từ vừa bỏ đi các giấy tờ đã sử dụng xong rồi.

Tôi quay lại phòng ngủ, đặt túi xách giờ đã rỗng vào một cái túi lớn rồi để lên giá ở bên trên tủ quần áo và nói: "Bạn làm tốt lắm. Nghỉ ngơi vui vẻ nhé." Từ lúc bước vào cửa nhà cho tới lúc đóng tủ quần áo lại, tất cả chỉ hết có 5 phút. Giờ đây tôi có thể trở vào bếp, rót cho mình một tách trà và thư giãn.

Tôi không mô tả những việc này nhằm khoe khoang với các bạn về lối sống tốt đẹp của mình, mà là để chứng tỏ rằng mọi thứ đều có chỗ dành riêng cho nó. Việc giữ ngăn nắp cho không gian của bạn bây giờ trở thành ưu tiên số hai. Việc này không cần bạn phải cố gắng gì nhiều thậm chí còn cho bạn thêm thời gian để thực sự hưởng thụ cuộc sống.

Mấu chốt trong việc quyết định những chỗ cụ thể để cất đồ vật là xác định một nơi dành cho *mọi thứ.* Bạn có thể nghĩ: "Việc này sẽ khiến tôi mãi mãi phải tìm chỗ để đồ," nhưng bạn không cần phải lo lắng. Mặc dù dường như việc quyết định chỗ để cho mỗi đồ vật thực sự phức tạp nhưng nó vẫn còn đơn giản hơn nhiều so với việc quyết định thứ gì nên giữ lại và thứ gì cần bỏ đi. Khi bạn đã quyết định được nên giữ lại thứ gì bằng cách phân loại và khi tất cả những thứ đó đã nằm chung một loại, thì tất cả những việc cần làm chỉ là cất giữ chúng ở cạnh nhau mà thôi.

Lí do khiến mọi thứ cần phải có chỗ để xác định là vì sự tồn tại của mỗi đồ vật mà không có nơi chốn cố định sẽ làm gia tăng gấp bội cơ hội để không gian của bạn sẽ lại trở nên lộn xộn. Ví dụ, chúng ta hãy nói về việc bạn có một cái giá nhưng trên đó chẳng có gì cả. Điều gì xảy ra nếu như có ai đó để lên giá một món đồ không có chỗ để xác định? Một thứ như thế sẽ trở thành nguyên nhân thất bại. Chẳng mấy chốc mà không gian đó, vốn được duy trì trong trật tự, sẽ bị phủ đầy các đồ vật, cứ như thể có ai đó đã hét lên: "Nào mọi người hãy tập hợp lại đây!"

Bạn chỉ cần lập tức xác định chỗ để cho mỗi đồ vật. Hãy thử làm đi. Kết quả sẽ khiến bạn phải kinh ngạc. Bạn sẽ không còn mua nhiều hơn những gì bạn cần. Không còn chuyện những món đồ bạn có cứ tích lũy mãi lên. Trên thực tế, kho tích trữ của bạn sẽ giảm đi. Ý nghĩa quan trọng của việc cất giữ hiệu quả chính là đây: xác định chỗ để cho thứ mới nhất mà bạn có. Nếu phớt lờ nguyên tắc cơ bản này và bắt đầu thử nghiệm hàng loạt ý tưởng cất giữ khác nhau, bạn sẽ phải hối tiếc. "Những giải pháp" cất giữ khác thực sự chỉ là phương tiện để chôn cất tài sản mà không hề mang lại niềm vui.

Một trong những nguyên nhân chính dẫn đến tác dụng ngược là sự thất bại trong việc xác định chỗ để cho mỗi đồ vật. Nếu không có chỗ để xác định, bạn sẽ đặt các món đồ ở đâu sau khi sử dụng xong? Ngay khi lựa chọn được chỗ để cho các đồ vật, bạn có thể giữ cho ngôi nhà của mình ngăn nắp. Vì vậy, hãy quyết định nơi chốn cho mọi đồ vật và sau khi sử dụng hãy để chúng ở đúng vị trí. Đây là yêu cầu chính yếu của việc cất giữ.

Loại bỏ trước, cất giữ sau

Tất cả những người tham gia các khóa hướng dẫn của tôi đều rất ngạc nhiên khi tôi cho họ xem những bức ảnh về chỗ ở của các khách hàng của tôi trước và sau khi được dọn dẹp ngăn nắp. Phản ứng thường thấy nhất là "Những căn phòng ấy trông trống quá!" Đó là sự thực. Trong nhiều trường hợp, các khách hàng của tôi lựa chọn cách dọn sạch mọi thứ trên sàn và không để thứ gì làm vướng tầm mắt. Thậm chí những kệ sách cũng có thể biến mất. Nhưng điều này không có nghĩa họ quẳng tất cả sách đi. Thay vào đó, các kệ sách giờ đây có thể đã nằm trong tủ tường rồi. Đặt các kệ sách vào trong một cái tủ tường lớn là một trong những thói quen cất giữ tiêu chuẩn của tôi. Nếu tủ tường của bạn đã chứa đầy đồ rồi thì có thể bạn sẽ nghĩ kệ sách không thể cho vừa được nữa. Trên thực tế, 99% độc giả của tôi hầu như cũng cảm thấy như vậy. Nhưng thực sự thì có thể vẫn còn nhiều khoảng trống đấy.

Thực sự thì bạn có đủ không gian để cất giữ đồ trong phòng của mình. Tôi không thể đếm hết có bao nhiêu người đã phàn nàn với tôi là họ không có đủ chỗ để đồ, nhưng tôi lại thấy là nhà của họ không có cách cất giữ đồ hiệu quả. Vấn đề thực sự ở chỗ chúng ta có nhiều hơn những gì mình cần hoặc muốn. **Ngay khi bạn học được cách lựa chọn chính xác những vật sở hữu của mình, bạn sẽ chỉ còn lại số lượng đồ vật vừa vặn hoàn hảo với không gian mà bạn đang có.** Đây là phép màu đích thực của sự ngăn nắp. Điều này dường như thật khó tin nhưng phương pháp chỉ giữ những đồ vật mang lại niềm vui cho tâm hồn thực sự đúng là như vậy. Do đó bạn phải bắt đầu bằng việc loại bỏ. Ngay khi làm được điều này, bạn sẽ dễ dàng quyết định được nên cất đồ ở đâu vì những vật sở hữu của bạn sẽ giảm xuống còn 1/3 hoặc thậm chí là 1/4 so với khi bạn bắt đầu công việc loại bỏ. Ngược lại, không cần biết bạn ngăn nắp tới mức nào và phương pháp cất giữ đồ hiệu quả ra sao, nếu bạn bắt đầu việc cất giữ trước khi tiến hành việc loại bỏ, thì cũng không có tác dụng gì. Tôi biết thế vì chính tôi đã trải qua chuyện này.

Vâng, chính tôi. Cho dù tôi đang cảnh báo bạn không nên trở thành một chuyên gia cất giữ, cho dù tôi hối thúc bạn hãy quên chuyện cất giữ đi cho đến khi bạn giảm bớt được các đồ vật mà bạn đang có, thì không lâu trước đây, 90% suy nghĩ của tôi đều chỉ chăm chăm vào việc cất giữ. Tôi bắt đầu suy nghĩ nghiêm túc về vấn đề này kể từ khi lên 5 tuổi, vì thế giai đoạn này trong sự nghiệp của tôi còn dài hơn cả quãng thời gian tôi đam mê việc loại bỏ, điều mà tôi khám phá ra khi ở tuổi thiếu niên. Trong giai đoạn đó, tôi cũng dành phần lớn thời gian tìm hiểu sách hoặc tạp chí nhằm thử nghiệm mọi phương pháp cất giữ và đã phạm đủ thứ sai lầm.

Cho dù đó là tại phòng riêng, phòng của các anh chị em hay thậm chí cả ở trường, tôi đã bỏ nhiều ngày để kiểm tra những thứ có trong các ngăn kéo và các tủ đồ, xê dịch các đồ vật cách nhau chỉ mấy milimet, cố gắng tìm ra cách sắp xếp hoàn hảo nhất. "Điều gì sẽ xảy ra nếu tôi chuyển cái hộp này ra phía đẳng kia?" "Điều gì sẽ xảy ra nếu tôi dỡ cái vách ngăn này ra?" Bất kể đang ở đâu, tôi sẽ nhắm mắt lại và hình dung ra việc sắp xếp lại các đồ vật trong một cái tủ hoặc một căn phòng như thể chúng là những mảnh ghép trong trò chơi ghép hình. Để tuổi trẻ chìm đắm trong chủ đề này, tôi cảm thấy ảo giác về việc cất giữ giống như hình thức nào đó của một cuộc thi trí tuệ mà mục đích của nó là để xem tôi có thể vừa vặn đến mức nào với một không gian cất giữ bằng cách thức tổ chức sắp xếp theo lí tính. Nếu giữa hai đồ vật còn có khoảng trống thì tôi sẽ nhét thêm một vật nữa, để rồi hả hê trong chiến thắng khi khoảng trống đó đã được lấp đầy. Thế nhưng đâu đó trên con đường này, tôi bắt đầu nhìn nhận mọi thứ của tôi, thậm chí ngôi nhà của tôi như những kẻ thù mà tôi phải đập tan và khiến tôi luôn trong trạng thái sẵn sàng chiến đấu.

Cất giữ: hãy theo đuổi sự tối giản

Khi lần đầu khởi sự kinh doanh, tôi cho rằng mình phải chứng tỏ khả năng bản thân bằng cách đưa ra những kiểu cất giữ kì diệu – những giải pháp thông minh mà bạn có thể thấy trong một cuốn tạp chí, chẳng hạn một bộ giá để đồ vừa khít hoàn hảo với một không gian bé tí xíu mà chưa từng có ai nghĩ ra trước đó. Tôi có ý niệm kì lạ rằng đây là cách duy nhất để thỏa mãn các khách hàng của mình. Tuy nhiên, cuối cùng những ý tưởng thông minh như thế gần như luôn thiếu thực tế.

Đây là một ví dụ. Có lần khi giúp một khách hàng sắp xếp lại nhà của họ, tôi bước đến một cái bục quay, khá giống với những bàn ăn xoay trong các nhà hàng Trung Quốc. Nó vốn được dùng làm nơi để lò vi sóng, nhưng chiếc lò đã bị bỏ đi lâu rồi. Ngay khi thấy nó, tôi lóe lên ý tưởng biến nó thành vật để đồ. Khi đó tôi đang thấy khó quyết định được xem có thể dùng nó làm gì vì nó khá to và dày, và rồi khách hàng của tôi dường như đề cập tới chuyện cô ấy có quá nhiều dầu giấm đến mức chẳng biết sắp xếp chúng thế nào. Tôi mở cái tủ mà cô ấy chỉ và, chắc thế rồi, nó đựng đầy các chai dầu giấm. Tôi lấy tất cả đống chai đó ra và cố gắng đặt lên chiếc bàn quay. Chúng vừa khít với nhau đến hoàn hảo. Tôi xếp hết số chai dầu giấm lên và xem này! Tôi đã có một không gian cất giữ trông gọn gàng và vui mắt giống như đồ trưng bày vậy. Cô ấy có thể lấy các chai dầu giấm ở phía sau tủ đồ đơn giản chỉ bằng cách xoay cái bàn. Tiện lợi làm sao! Khách hàng của tôi rất phấn khởi và mọi thứ dường như hoàn hảo.

Chẳng bao lâu sau tôi nhận ra sai lầm của mình. Trong bài học tiếp theo của chúng tôi, tôi kiểm tra bếp của cô ấy. Hầu hết mọi thứ trong bếp vẫn ngăn nắp và gọn gàng, nhưng khi tôi mở cái tủ đựng các chai dầu giấm, tôi thấy bên trong rất lộn xộn. Tôi hỏi tại sao như thế, cô ấy giải thích là mỗi khi xoay chiếc bàn quay, các chai dầu giấm trượt ra và rơi xuống. Ngoài ra, cô ấy để quá nhiều chai ở mép của bàn quay, khiến cho việc xoay cái bàn trở nên khó khăn.

Bạn thấy đấy, tôi đã quá chú tâm vào việc sử dụng cái bàn quay để tạo ra một chỗ cất giữ đáng ngạc nhiên, thế nên tôi không nhận ra mình đang cất trữ cái gì – những chai lọ dễ trượt và rơi đổ. Khi suy nghĩ kĩ hơn, tôi cũng thừa nhận là không ai lại có nhu cầu thường xuyên tiếp cận nơi cất giữ ở phía sau của tủ đồ, vì thế cũng không cần tới một cái bàn quay làm gì cả. Bên cạnh đó, những vật hình tròn chiếm quá nhiều không gian và tạo những khoảng trống lãng phí, khiến chúng không thích hợp để làm chỗ cất giữ. Cuối cùng, tôi bỏ cái bàn quay, đặt các chai dầu giấm vào trong một cái hộp vuông và trả chúng về với tủ đựng đồ. Tuy cách thức này đơn giản và theo lối truyền thống nhưng theo khách hàng của tôi, lại tiện dụng hơn rất nhiều. Nhờ kinh nghiệm này, tôi đi đến kết luận rằng những cách thức cất giữ càng đơn giản càng tốt. Chẳng có ích lợi gì trong việc cố nghĩ ra những chiến lược phức tạp. Khi cảm thấy hoài nghi về cách làm của mình, hãy hỏi ngôi nhà của bạn và vật được cất giữ xem giải pháp tốt nhất là gì.

Phần lớn mọi người nhận ra rằng sự lộn xộn là do có quá nhiều đồ đạc. Nhưng tại sao chúng ta lại có quá nhiều đồ đạc như vậy? Đó là do chúng ta không nắm được chính xác bao nhiêu thứ chúng ta thực sự cần. Chúng ta thất bại trong việc nắm bắt số lượng mà mình sở hữu là bởi những phương pháp cất giữ của chúng ta quá phức tạp. Để tránh được việc dự trữ dư thừa, bản phải đơn giản hóa việc cất giữ. Bí quyết để duy trì một không gian gọn ghẽ là hãy theo đuổi cách cất giữ tối giản nhất đến mức mà chỉ cần liếc mắt cũng biết được là mình đang có bao nhiêu. Tôi nói "tối giản nhất" vì một lí do. Đó là chúng ta không thể nhớ hết được mọi thứ mà chúng ta có, thậm chí cho dù chúng ta đã cất giữ bằng những phương pháp đơn giản. Ngay trong ngôi nhà mà tôi đã bỏ nhiều công sức để đồ đạc được cất giữ đơn giản của chính mình, vẫn có những lúc tôi nhận ra có một thứ mà tôi hoàn toàn quên bẵng trong tủ đồ hoặc trong ngăn kéo. Nếu việc cất giữ đồ đạc của tôi phức tạp hơn, ví dụ như tôi chia đồ đạc thành ba cấp độ theo tần suất sử dụng hoặc theo mùa, thì tôi chắc chắn rằng sẽ còn nhiều thứ hơn nữa bị bỏ quên đến mục nát trong bóng tối. Vì vậy, bạn hãy khiến cho việc cất giữ càng đơn giản càng tốt.

Đừng cất giữ rải rác

Vì những lí do đã nói ở trên, phương pháp cất giữ của tôi cực kì đơn giản. Tôi chỉ có hai nguyên tắc: cất tất cả những thứ cùng loại ở cùng một chỗ và không cất giữ rải rác.

Chỉ có hai cách để phân loại: xếp đồ thành từng loại hoặc xếp đồ theo người sử dụng. Đây là hai hình thức rất dễ nắm bắt nếu bạn coi người sống một mình khác với người sống cùng với gia đình. Nếu bạn sống một mình hoặc có phòng riêng, việc cất giữ rất đơn giản – chỉ cần xác định từng nơi cất giữ cho từng loại đồ vật. Bạn có thể phân loại tỉ mỉ hơn nữa bằng cách sắp xếp đồ vật theo từng loại. Hãy bắt đầu với quần áo, sau đó là sách vở, tài liệu, *komono* và cuối cùng là những vật kỉ niệm. Nếu bạn đang phân loại theo cách này thì ngay sau khi chọn giữ lại những đồ vật nào, bạn có thể cất giữ từng loại ở chỗ xác định của riêng chúng.

Thậm chí bạn cũng không cần quá chặt chẽ khi phân loại. Thay vì phân chia đồ vật thành từng loại rất cụ thể, bạn có thể sử dụng những tiêu chí thoáng hơn để phân loại dựa trên sự tương đồng về chất liệu, chẳng hạn "loại vải vóc", "loại giấy tờ" và "loại đồ điện", và chọn một chỗ để cho từng loại đó. Đây là cách dễ dàng hơn nhiều so với cố gắng hình dung ra nơi mà bạn có thể sử dụng một đồ vật hoặc dựa trên mức độ thường xuyên sử dụng đồ vật đó. Với phương pháp của tôi, bạn có thể phân loại đồ vật của bạn chính xác hơn.

Nếu bạn đang lựa chọn giữ lại các đồ vật dựa trên tiếng nói cất lên từ con tim, thì bạn sẽ hiểu được điều mà tôi muốn nói, bởi vì, bạn đã thu thập chúng thành từng loại, để chúng vào một chỗ và biết rõ về chúng để có thể đưa ra quyết định. Công việc mà bạn đang làm thực sự giúp bạn cải thiện được khả năng nhận biết những thứ cùng thể loại và lựa chọn được nơi phù hợp để cất giữ chúng.

Nếu bạn sống cùng gia đình, vậy thì trước tiên cần xác định rạch ròi không gian cất giữ của từng thành viên trong gia đình. Điều này có ý nghĩa quan trọng. Ví dụ, bạn có thể xác định những góc cho mình, cho bạn đời và cho các con, rồi cất giữ những đồ vật của mỗi người ở những góc tương ứng. Đó là tất cả những gì bạn cần làm. Điều quan trọng là cố gắng xác định một nơi duy nhất dành cho mỗi người. Nói cách khác, việc cất giữ cần tập trung vào một chỗ. Nếu những nơi cất giữ rải rác khắp nơi thì chẳng bao lâu toàn bộ ngôi nhà sẽ trở nên lộn xộn. Tập trung mọi thứ của một người vào một chỗ là cách cất giữ ngăn nắp hiệu quả nhất.

Tôi từng có một khách hàng nhờ tôi giúp con cô ấy biết cách giữ gọn gàng, ngăn nắp. Con gái cô ấy mới lên ba. Khi tới thăm nhà cô ấy, tôi nhận thấy các đồ vật của cô bé được cất ở ba nơi: quần áo trong phòng ngủ, đồ chơi trong phòng khách và sách vở trong phòng tatami[1]. Theo những nguyên tắc cơ bản về phân loại và cất giữ, chúng tôi gom tất cả mọi thứ vào phòng tatami. Từ đó, cô bé bắt đầu biết chọn quần áo để mặc và để đồ của mình vào đúng chỗ của chúng. Mặc dù là người hướng dẫn nhưng tôi cũng phải ngạc nhiên. Ngay cả một đứa trẻ 3 tuổi cũng có thể ngăn nắp, gọn gàng!

---

[1] Phòng tatami: phòng có sàn được trải bằng các tấm tatami. Tatami là một dạng nệm của Nhật, hình vuông, được xếp khít với nhau để làm sàn phòng. (ND)

Có không gian của riêng mình là điều sẽ khiến bạn vui vẻ. Ngay khi cảm thấy chỗ đó thuộc về chính mình, bạn sẽ muốn nó được ngăn nắp. Nếu khó có thể cho ai đó phòng riêng, bạn vẫn có thể cho anh ta hoặc cô ta một chỗ cất giữ của riêng họ. Tôi đã gặp nhiều người không giỏi việc dọn dẹp ngăn nắp, thường là vì mẹ của họ đã dọn phòng cho họ hoặc họ không bao giờ có được một không gian khiến họ cảm thấy là của riêng mình. Những người này thường cất quần áo trong tủ quần áo của con mình và để sách vở trên kệ sách của vợ/chồng mình. Do đó, không có một không gian mà bạn có thể coi là của riêng mình đúng là một thảm họa. Ai cũng cần một nơi thiêng liêng cho riêng mình.

Tôi nhận ra rằng khi bạn bắt đầu sống ngăn nắp, bạn sẽ thực sự bị cám dỗ để bắt đầu dọn dẹp những không gian như phòng khách những đồ vật thuộc về cả gia đình, như xà phòng và dược phẩm, hoặc những vật dụng và nhu yếu phẩm của gia đình. Nhưng làm ơn để những thứ đó về sau. Đầu tiên, hãy bắt đầu phân loại đồ của bạn trước đã. Hãy chọn những thứ mà bạn muốn giữ lại và cất chúng ở nơi của riêng bạn. Nhờ đó, bạn sẽ học được những điều căn bản để khiến cho ngôi nhà của mình trở nên ngăn nắp, gọn gàng. Hãy ghi nhớ: chọn lựa những thứ cần giữ lại, tuân theo đúng trật tự.

Hãy quên việc "lập kế hoạch quản lí theo lượng sử dụng" và "tần suất sử dụng"

Những cuốn sách về việc dọn dẹp thường khuyên độc giả xem xét việc lập kế hoạch quản lí theo lượng sử dụng khi xác định nơi cất giữ đồ đạc. Tôi không nói là lời khuyên này sai. Có nhiều người đã chọn những phương pháp cất giữ thực dụng dựa trên sự cân nhắc kĩ càng về lượng sử dụng của các đồ vật trong nhà, cho nên điều mà tôi muốn nói ở đây là việc áp dụng duy nhất Phương pháp KonMari mà thôi. Và tôi xin thưa rằng, hãy quên việc lập kế hoạch quản lí lượng sử dụng đi.

Khi một trong những khách hàng của tôi, một phụ nữ tuổi ngũ tuần, phân loại và cất giữ xong đồ của riêng mình, chúng tôi bắt tay vào việc xếp dọn đồ của chồng bà. Bà ấy bảo tôi là chồng bà phải có mọi thứ trong tầm tay, dù cho đó là cái điều khiển từ xa hay một cuốn sách. Khi tôi xem xét không gian sống của họ, tôi nhận thấy rằng rốt cục thì đồ của chồng bà được để khắp nơi trong nhà. Ông ta có một giá sách nhỏ đặt bên cạnh toilet, một góc để túi cặp ở hành lang ra vào, và những cái ngăn kéo đựng tất và đồ lót gần nhà tắm. Nhưng ý muốn của ông ta không thể làm thay đổi phương châm của tôi. Tôi luôn nhất quán rằng việc cất giữ cần tập trung ở một chỗ duy nhất và do đó tôi bảo với khách hàng của mình dọn đồ lót, tất và túi cặp của chồng bà ấy vào tủ quần áo vốn là chỗ mà ông dùng để treo quần áo. Bà ấy có vẻ hơi lo lắng. Bà ấy nói: "Nhưng chồng tôi thích để mọi thứ ở những chỗ mà ông ấy quen dùng. Liệu ông ấy có buồn không?"

Một lỗi phổ biến mà nhiều người hay mắc phải đó là họ quyết định nơi để đồ đạc ở những chỗ mà họ có thể lấy chúng dễ dàng nhất. Cách làm này là một cái bẫy tai hại. Sự lộn xộn chính là kết quả của việc không thể trả vật dụng về đúng chỗ của chúng. Do đó, việc cất giữ nên giúp chúng ta giảm công sức thu dọn đồ dùng, chứ không phải là công sức để lấy chúng ra. Khi lấy ra thứ gì đó, chúng ta đều có mục đích sử dụng rõ ràng. Trừ phi vì một lí do nào đó khiến việc này trở nên vô cùng khó khăn, còn chúng ta thường không để tâm đến công sức mà mình bỏ ra. Tình trạng lộn xộn chỉ có thể có hai nguyên nhân: việc lấy thứ gì đó phải mất quá nhiều công sức hoặc chỗ cất các vật dụng không rõ ràng. Nếu bỏ sót điểm mấu chốt này, chúng ta gần như sẽ tạo ra một hệ thống gây nên những căn nguyên của tình trạng lộn xộn. Đối với những người có bản chất lười biếng như tôi, tôi đặc biệt khuyến nghị bạn nên tập trung vào việc cất giữ ở một chỗ. Dù thế nào thì ý nghĩ cho rằng sẽ tiện lợi hơn nhiều nếu giữ mọi thứ ở trong tầm với cũng chỉ là một giả định sai lầm.

Nhiều người thiết kế chỗ cất giữ đồ sao cho phù hợp với lưu lượng hoạt động trong nhà, nhưng bạn nghĩ thế nào về việc xây dựng kế hoạch quản lí lưu lượng hoạt động ở một nơi? Trong hầu hết các trường hợp, một kế hoạch quản lí lưu lượng hoạt động được xác định không phải dựa trên những hoạt động một người làm trong ngày mà dựa trên vị trí anh ta hoặc cô ta cất giữ các vật dụng. Chúng ta có thể nghĩ rằng chúng ta đã cất giữ vật dụng phù hợp với hành vi của mình, nhưng thường thì một cách vô thức chúng ta lại điều chỉnh các hành động của mình cho phù hợp với nơi mà các vật dụng được cất giữ. Thiết kế không gian cất giữ tuân theo kế hoạch lưu lượng hoạt động hiện thời sẽ chỉ khiến việc cất giữ phân tán khắp nhà. Thêm nữa, điều đó sẽ gia tăng cơ hội để chúng ta tích lũy thêm nhiều vật sở hữu và quên những gì mà chúng ta đang có, và như thế lại khiến cuộc sống trở nên khó khăn hơn.

Hãy xem xét kích cỡ trung bình của nơi cất giữ trong một gia đình Nhật Bản, theo đó việc thiết kế nơi cất giữ dựa trên kế hoạch lưu lượng hoạt động sẽ không gây ra những khác biệt đáng kể. Nếu chỉ mất từ 10 đến 20 giây để đi từ đầu này đến đầu kia của ngôi nhà, vậy thì bạn có thực sự phải quan tâm đến kế hoạch quản lí lượng sử dụng không? Nếu mục tiêu của bạn là một căn phòng không bừa bộn thì điều quan trọng hơn cả sẽ là sắp xếp việc cất giữ sao cho bạn chỉ cần liếc mắt là biết mọi thứ đang ở đâu, thay vì phải lo lắng từng chút một về ai đang làm gì, ở đâu và khi nào.

Bạn không cần phải khiến mọi chuyện trở nên phức tạp. Chỉ cần xác định được nơi cất giữ vật dụng phù hợp với thiết kế của ngôi nhà thì những vấn đề về cất giữ sẽ được giải quyết. Ngôi nhà của bạn biết rõ các vật dụng ở đâu. Đây là lí do tại sao phương pháp cất giữ mà tôi sử dụng lại đơn giản đến thế. Nói thật là, tôi có thể nhớ được chỗ để mọi thứ trong nhà của hầu hết các khách hàng của mình. Đó là vì phương pháp của tôi hết sức đơn giản. Tôi không bao giờ để tâm đến kế hoạch quản lí lượng sử dụng khi giúp đỡ các khách hàng của mình sắp xếp lại nhà cửa, ngay cả khi tất cả họ có không gặp vấn đề gì đi chăng nữa. Trái lại, khi họ lập ra một bản kế hoạch cất giữ vật dụng đơn giản, họ không bao giờ còn phải cân nhắc về việc vật gì nên để ở đâu, vì việc cất dọn vật dụng trở thành tự nhiên, và hệ quả là, không còn bất kì sự lộn xộn nào trong nhà nữa.

Đơn giản là hãy cất giữ mọi thứ giống nhau ở cùng một chỗ. Nếu bạn nghe theo lời khuyên này, bạn sẽ thấy là mình đã tạo ra một bản kế hoạch quản lí lưu lượng hoạt động rất tiện ích, tự nhiên. Bạn cũng không cần phải băn khoăn chút nào về tần suất sử dụng khi thiết kế không gian cất giữ vật dụng. Một vài cuốn sách về dọn dẹp nhà cửa đưa ra những phương pháp phân loại vật dụng thành 6 mức dựa trên tần suất sử dụng: hàng ngày, ba ngày một lần, một tuần một lần, một tháng một lần, một năm một lần và nhiều hơn một năm một lần. Liệu tôi có phải là người duy nhất mà đầu óc thấy lùng bùng với chỉ một suy nghĩ về việc phân chia từng ngăn kéo tủ thành sáu ngăn không? Tôi chỉ sử dụng được tối đa hai cách phân loại theo tần suất sử dụng: những thứ tôi dùng thường xuyên và những thứ tôi không dùng.

Ví dụ, bạn hãy lấy những thứ trong một cái ngăn kéo ra. Một cách tự nhiên thôi bạn sẽ bắt đầu để những đồ ít dùng vào trong cùng và những đồ thường dùng ra phía ngoài của ngăn kéo. Không cần phải quyết định ngay việc này trong lần đầu tiên bạn thiết kế không gian cất giữ. Khi bắt đầu lựa chọn những vật cần giữ lại, bạn hãy tự hỏi – khi lựa chọn chỗ để một vật nào đó, bạn hãy hỏi ngôi nhà của mình. Nếu ghi nhớ và làm điều này, bản năng sẽ mách bảo bạn biết cách sắp xếp và cất giữ vật dụng của mình.

Đừng bao giờ chồng đống mọi thứ: hãy cất giữ theo chiều thẳng đứng

Có những người xếp mọi thứ thành đống, đó có thể là sách, giấy tờ hoặc quần áo. Nhưng đây là sự lãng phí không gian lớn. Khi cất giữ vật dụng, xếp theo chiều thẳng đứng là tốt nhất. Tôi đặc biệt bị ám ảnh vì quan điểm này. Nếu có thể thì tôi luôn cất giữ mọi thứ theo chiều thẳng đứng, gồm cả quần áo: tôi sẽ gấp chúng lại và để theo mép của ngăn kéo, còn tất: tôi sẽ cuộn chúng lại và để vào trong một cái hộp. Cách làm tương tự cũng đúng với văn phòng phẩm và các dụng cụ viết lách: dù là các hộp ghim kẹp giấy, các cuộn thước dây hoặc những cục tẩy, tôi cũng sẽ đặt chúng ở mép ngăn kéo. Thậm chí tôi còn cất laptop ở kệ sách như thể nó thực ra là một cuốn sổ tay vậy. Nếu không gian cất giữ vật dụng của bạn chưa hiệu quả, hãy thử sắp xếp lại theo chiều dọc. Bạn sẽ thấy cách làm này giải quyết được hầu hết các vấn đề.

Tôi cất giữ vật dụng theo chiều thẳng đứng và tránh dồn đống lại vì hai lí do. Thứ nhất, nếu bạn xếp vật dụng thành đống, kết cục là bạn có không gian cất giữ vô cùng tận. Mọi thứ cứ chồng đống và cao ngất lên mãi, khiến bạn ngày càng khó có thể thấy được là số lượng đang ngày càng gia tăng. Trái lại, khi mọi thứ được cất giữ theo chiều thẳng đứng, thì bất cứ sự gia tăng nào cũng làm chiếm dụng không gian và cuối cùng bạn sẽ hết chỗ để cất giữ. Khi sắp xếp theo cách này, bạn sẽ nhận thấy: "À, tôi lại đang bắt đầu tích trữ rồi đây."

Và đây là một lí do nữa: chồng đống sẽ tác động xấu tới những vật ở dưới đáy. Khi vật này được chồng lên trên vật kia, những vật dưới cùng sẽ bị đè nén. Việc xếp chồng đống sẽ làm suy yếu những vật phải chịu sức nặng của cả đống bên trên. Chỉ cần hình dung là bạn sẽ cảm thấy thế nào nếu phải gánh một khối nặng suốt hàng giờ liền. Không chỉ có thế, những vật trong đống đó gần như bị biến mất vì chúng ta thậm chí quên mất sự tồn tại của chúng. Khi chúng ta chồng quần áo lớp nọ lên lớp kia, quần áo ở bên dưới ngày càng ít được sử dụng. Những bộ trang phục không còn khiến các khách hàng của tôi phải run lên thậm chí cho dù họ đã rất thích vào thời điểm mua chúng thường là những bộ quần áo đã nằm dưới đáy của đống đồ suốt một thời gian dài.

Tình trạng này cũng đúng đối với các loại giấy tờ và tài liệu. Ngay khi có một tài liệu khác được đặt lên trên, tài liệu đầu tiên sẽ lùi xa thêm một chút đối với ý thức của chúng ta và trước khi chúng ta nhận ra điều này, chúng ta thoái thác việc xử lí nó hoặc thậm chí quên mất nó. Vì tất cả các lí do trên, tôi khuyến nghị bạn nên cất giữ theo chiều thẳng đứng đối với bất kì vật gì có thể dựng đứng được. Hãy thử dỡ đống đồ bạn có và xếp chúng lại theo chiều thẳng đứng. Chỉ bằng việc này thôi, bạn sẽ ý thức hơn về số lượng các vật trong đống đó. Bạn có thể cất giữ theo chiều thẳng đứng ở bất kì đâu. Những cái tủ lạnh hỗn độn là tình trạng phổ biến nhưng người ta có thể sắp xếp lại mọi thứ bên trong tủ lạnh một cách nhanh chóng và đơn giản bằng cách dựng thẳng chúng lên. Ví dụ, tôi thích ăn cà rốt. Nếu bạn mở tủ lạnh của tôi, bạn sẽ thấy các củ cà rốt được dựng thẳng trong các ngăn đựng đồ uống ở cánh tủ.

Không cần những dụng cụ cất giữ đặc biệt

Thế giới có đầy các dụng cụ cất giữ tiện lợi. Những vách ngăn có thể điều chỉnh, những giá bằng vải có thể treo trên thang ngang trong tủ quần áo hay những giá hẹp có thể vừa khít với những không gian nhỏ. Bạn có thể tìm thấy các dụng cụ cất giữ đồ vật mà bạn chưa từng hình dung ra tại bất cứ cửa hàng nào, từ cửa hiệu gia dụng bán đồ đồng giá cho tới những cửa hàng nội thất cao cấp lộng lẫy. Chính tôi từng là một kẻ cuồng tích trữ, cho nên có lúc tôi đã cố gắng mua tất cả những dụng cụ cất giữ đồ vật có trên thị trường, bao gồm cả những thứ kì quặc và lạ lùng nhất. Nhưng giờ đây nhà tôi hầu như không còn bất cứ một dụng cụ cất giữ nào nữa.

Những dụng cụ cất giữ mà bạn sẽ thấy trong nhà tôi là một số bộ ngăn kéo nhựa trong để đựng quần áo và *komono,* một bộ ngăn kéo bằng bìa cứng mà tôi dùng từ hồi còn học trung học và một chiếc rổ mây để đựng khăn tắm. Thế thôi. Và tất cả chúng được để trong chiếc tủ gắn liền tường. Ngoài ra, trong bếp và nhà tắm còn có mấy cái giá treo tường và một cái tủ giày ở hành lang. Tôi không cần tủ sách vì tôi để sách vở và giấy tờ trên một trong các giá của tủ giày. Những chiếc tủ và giá để đồ trong nhà tôi còn nhỏ hơn cả mức trung bình. Về cơ bản, những dụng cụ cất giữ duy nhất mà bạn cần chỉ là những chiếc ngăn kéo và hộp đựng cũ kĩ – bạn không cần bất cứ thứ gì đặc biệt hoặc khác thường.

Người ta thường hỏi tôi lời khuyên, không nghi ngờ gì là họ mong đợi tôi tiết lộ một vũ khí cất giữ bí mật nào đó chưa từng ai được biết. Nhưng ngay lúc này tôi có thể nói với bạn rằng: bạn chẳng cần mua các ngăn kéo hoặc bất kì một món đồ chuyên dụng nào khác. Bạn có thể xử lí những vấn đề về cất giữ đồ của mình chỉ bằng những thứ sẵn có trong nhà. Thứ mà tôi thường dùng nhất là hộp đựng giầy rỗng. Tôi đã thử sử dụng mọi sản phẩm dùng để cất giữ đồ nhưng chưa thấy bất cứ thứ gì không mất chi phí mà lại tiện ích như hộp đựng giày. Nó đạt điểm trên trung bình cho tất cả năm tiêu chí của tôi: kích cỡ, chất liệu, độ bền, dễ sử dụng và hấp dẫn. Những thuộc tính hài hòa này và tính đa dụng là các phẩm chất tuyệt vời của nó. Gần đây người ta cũng thiết kế hộp đựng giày với những kiểu dáng đáng yêu. Tôi thường hỏi các khách hàng của mình: "Bạn có chiếc hộp đựng giày nào không?" khi tôi tới thăm nhà của họ.

Có vô số cách sử dụng hộp đựng giày. Tôi thường dùng chúng để đựng tất và quần bó rồi để trong ngăn kéo. Chiều cao của hộp đựng giày vừa khít với những chiếc quần bó được cuộn lại và dựng lên trong hộp. Trong phòng tắm, người ta có thể dùng chúng để đựng các lọ dầu gội, dầu dưỡng tóc,... và chúng cũng là thứ hoàn hảo để đựng các lọ thuốc tẩy cũng như những chai lọ hóa chất vệ sinh nhà cửa khác. Trong bếp, người ta có thể dùng chúng để đựng thực phẩm cũng như các túi rác, giẻ rửa bát, v.v.. Tôi còn dùng chúng để đựng các khuôn và khay làm bánh cũng như các dụng cụ nấu nướng khác mà tôi không mấy khi sử dụng. Hộp đựng giày có thể đặt trên giá cao. Vì lí do nào đó, nhiều người dường như cất những chiếc khuôn làm bánh vào túi ni lông nhưng rõ ràng là người ta có thể dễ dàng sử dụng chúng hơn nhiều khi chúng được để trong một chiếc hộp đựng giày. Giải pháp cực kì dễ dàng này được áp dụng rất phổ biến với các khách hàng của tôi. Tôi luôn vui mừng khi họ nói với tôi rằng họ đã nướng bánh thường xuyên hơn kể từ khi sắp xếp lại vật dụng theo cách mới.

Nắp hộp đựng giày thường nông và có thể được dùng như một cái khay. Người ta có thể đặt nó trong một chiếc tủ để đựng các lọ dầu ăn và gia vị, nhờ đó giữ cho sàn tủ luôn được sạch sẽ. Không giống như nhiều loại tấm lót, những chiếc nắp hộp này không bị trượt và dễ dàng thay thế. Nếu bạn cất các đồ dùng nhà bếp như cái muôi trong ngăn kéo thì giờ đây bạn có thể dùng nắp hộp đựng giày để đựng chúng. Cách làm này sẽ khiến đồ dùng nhà bếp không bị lăn lóc và gây ra tiếng ồn mỗi khi bạn mở và đóng ngăn kéo, và vì nó có chức năng như một cái ngăn nên bạn có thể sử dụng không gian còn lại một cách hiệu quả hơn.

Tất nhiên, còn có nhiều loại hộp khác có thể làm thành những vật cất giữ tiện lợi. Những loại hộp mà tôi sử dụng thường xuyên nhất bao gồm những chiếc hộp nhựa đựng danh thiếp và những chiếc hộp đựng máy nghe nhạc iPod. Trên thực tế, những chiếc hộp đựng các sản phẩm của Apple có kích cỡ và thiết kế phù hợp cho việc sử dụng để cất giữ đồ, do đó nếu bạn có bất cứ chiếc hộp nào loại này thì tôi khuyên bạn nên dùng chúng như những ô đựng đồ trong các ngăn kéo của bạn. Chúng rất tuyệt để đựng bút máy, bút chì và các loại dụng cụ viết lách khác. Một loại phù hợp nữa là những chiếc hộp đựng thực phẩm cỡ lớn, chúng ta có thể dùng chúng để đựng các vật nhỏ hơn trong bếp.

Về cơ bản, bất kì chiếc hộp hoặc vật đựng hình vuông nào có kích cỡ chuẩn đều có thể sử dụng được. Tuy nhiên, những chiếc hộp bìa cứng cỡ lớn hoặc những chiếc hộp đựng thiết bị điện lại quá lớn để làm ngăn để đồ, không hài hòa với những loại đồ đựng khác và rõ ràng là trông xấu xí. Hãy từ bỏ những chiếc hộp loại này. Bất cứ khi nào bạn nhìn lướt qua những chiếc hộp trong khi đang dọn dẹp và phân loại vật dụng của mình, hãy xếp chúng lại một chỗ cho đến khi bạn bắt đầu công việc cất giữ. Hãy đảm bảo rằng bạn sẽ ném đi bất cứ thứ gì còn lại sau khi ngôi nhà của bạn đã được dọn dẹp gọn gàng. Đừng bao giờ mong chờ rằng rồi một ngày nào đó bạn có thể dùng đến những món đồ đó.

Tôi khuyến nghị bạn không nên dùng những vật hình tròn, hình trái tim hay những hình dạng không bình thường khác để làm ô đựng đồ vì chúng thường choán không gian. Tuy nhiên, nếu một chiếc hộp đặc biệt đem lại cho bạn cảm giác rung động khi dùng nó thì lại là chuyện khác. Bỏ nó đi hoặc giữ nó lại mà không dùng đến là một sự lãng phí, vì thế ở đây bạn nên làm theo trực giác và sử dụng nó để làm vật chứa. Ví dụ, bạn có thể sử dụng những chiếc hộp như vậy trong chiếc ngăn kéo đựng phụ kiện cho tóc hoặc đựng các cuộn len hay bộ dụng cụ may vá thêu thùa. Hãy tạo ra những sự kết hợp độc đáo của riêng bạn bằng cách khiến cho một chiếc hộp rỗng vừa vặn với một vật mà bạn cần cất giữ. Phương pháp tốt nhất chính là thử nghiệm và cảm thấy thích thú với quá trình này.

Khi khách hàng của tôi sử dụng những thứ sẵn có trong nhà theo cách này, họ luôn thấy rằng họ có chính xác những thứ mà họ cần để cất giữ vật dụng. Họ không cần phải ra ngoài để mua dụng cụ đựng đồ. Tất nhiên, bên ngoài luôn có những dụng cụ tuyệt vời được thiết kế cho việc cất giữ. Nhưng ngay lúc này, điều quan trọng là bạn cần hoàn thành việc dọn dẹp nhà cửa cho ngăn nắp. Thay vì mua thứ gì đó để làm công việc này thì hãy cứ chờ cho đến khi bạn hoàn thành quá trình dọn dẹp và sau đó dành thời gian để tìm những dụng cụ cất giữ mà bạn thực sự yêu thích.

Cách tốt nhất để cất các loại túi
là cho chúng vào một chiếc túi khác

Giỏ, túi xách và những loại túi khác khi không dùng đến thì thường trống không. Trong chuyện này có một điểm khiến tôi chú ý, đó là chúng làm lãng phí không gian lớn, đặc biệt khi chúng thường được để ở những nơi cất giữ tốt nhất. Không chỉ chiếm nhiều diện tích vì không thể gấp hay cuộn lại được, chúng còn thường được lèn bằng giấy mỏng để giữ được hình dạng. Trong các ngôi nhà Nhật Bản vốn chỉ có không gian cất giữ cực kì hạn hẹp, chuyện này dường như là một cách sử dụng phung phí không gian không thể tha thứ. Thực tế là giấy mỏng lèn bên trong túi thường bắt đầu rách vụn ra và chỉ gây thêm những hư hại mà thôi.

Quyết tâm tìm ra một giải pháp, tôi bắt đầu thử nghiệm. Trước tiên, tôi quyết định không dùng giấy mỏng để lèn vào trong túi. Bởi nói cho cùng, từ bỏ những thứ không đem lại cảm hứng là chìa khóa trong phương pháp của tôi. Thay vào đó, tôi thử lèn túi bằng những vật dụng nhỏ dùng theo mùa nhưng chưa dùng đến. Vào mùa hè, tôi dùng khăn quàng và găng tay, còn vào mùa đông, tôi cho quần áo bơi vào túi. Những chiếc túi không chỉ giữ được hình dạng mà còn có thêm công dụng đựng đồ. Tôi rất vui vì thấy giải pháp này là một mũi tên trúng hai đích. Nhưng sau một năm, tôi phải từ bỏ phương pháp này. Mặc dù về lí thuyết thì đây là một ý tưởng tuyệt vời, nhưng trên thực tế tôi cảm thấy khó nhọc với việc phải lấy đồ ra mỗi khi muốn sử dụng một chiếc túi xách, và mỗi lần làm vậy, tủ đựng của tôi lại trở nên lộn xộn.

Tất nhiên, tôi không bỏ cuộc. Tôi tiếp tục tìm kiếm một thứ gì đó sẽ không bị rách vụn khi nhét vào túi. Ý tưởng tiếp theo của tôi là cho những vật nhỏ vào trong một túi vải mỏng rồi mới nhét túi vải đó vào túi xách. Việc lấy ra rất dễ dàng và chiếc túi vải thực sự trông đẹp mắt thậm chí khi để phơi ra trong tủ. Tôi hài lòng vì mình đã khám phá ra một giải pháp đột phá nữa. Thế nhưng biện pháp này cũng tiềm ẩn một hạn chế. Tôi không thể thấy những đồ dùng theo mùa bên trong túi và khi mùa sử dụng đến gần, tôi hoàn toàn quên khuấy việc lấy đồ ra khỏi hai chiếc túi vải. Cuối cùng phải một năm sau tôi mới chú ý đến chúng và đến lúc đó, mọi thứ bên trong hai chiếc túi ấy trông thật thảm hại. Sự việc này khiến tôi phải dừng lại để suy nghĩ. Mặc dù trên thực tế phương châm của tôi với quần áo và những vật dụng khác là giữ cho những thứ dùng theo mùa nhưng chưa dùng đến luôn phải ở trong tầm mắt, nhưng tôi lại đã ngớ ngẫn tin tưởng là mình có thể nhớ để lấy chúng ra dù không nhìn thấy chúng.

Tôi lấy hết mọi thứ ra khỏi các chiếc túi vải nhưng những chiếc túi xách vốn được lèn đầy giờ đây lại rũ xuống. Tôi cần thứ gì đó để giúp chúng giữ được hình dáng nhưng tôi chắc chắn không muốn nhét đầy chúng bằng quần áo dùng theo mùa vì tôi biết mình sẽ bỏ quên. Không biết phải làm sao, tôi quyết định cho chiếc túi này vào trong chiếc túi kia chỉ tạm thời thôi. Thế nhưng việc làm này hóa ra lại là một giải pháp tuyệt vời. Bằng cách cất những chiếc túi vào trong một chiếc túi khác, tôi đã giảm được một nửa không gian cất giữ cần thiết và tôi có thể nhận biết được những thứ bên trong nhờ việc để những quai túi ở trong thò ra bên ngoài chiếc túi đựng chúng.

Điều quan trọng là hãy xếp các túi cùng loại với nhau. Những nhóm túi này có thể bao gồm túi xách làm từ chất liệu tương tự, ví dụ da cứng hoặc vải dệt dày dặn, hoặc những chiếc ví dành cho những dịp đặc biệt, chẳng hạn cưới hỏi và tang lễ. Việc phân chia theo chất liệu và/hoặc mục đích sử dụng có nghĩa là bạn chỉ cần lấy một nhóm túi ra mỗi khi bạn cần sử dụng một chiếc túi xách. Điều này sẽ dễ dàng cho bạn hơn nhiều. Tuy nhiên, hãy nhớ rằng bạn không nên cất quá nhiều túi trong cùng một túi. Nguyên tắc chung của tôi là chỉ nên cất không quá hai túi trong cùng một túi bất kì và đảm bảo rằng sẽ không quên những thứ mà mình cất bên trong. Đối với túi xách tote[1], chúng có thể gấp nhỏ lại đến mức đáng ngạc nhiên, tôi khuyên bạn nên cất tất cả chúng trong một chiếc túi tote mà thôi.

Tóm lại, cách tốt nhất để cất giữ bóp/ví cầm tay, túi xách và các loại túi khác đó là xếp chúng lại thành từng nhóm dựa trên chất liệu, kích cỡ và tần suất sử dụng, và hãy cất chúng trong một chiếc túi khác, như thể các quả trứng trong chiếc lồng ấp vậy. Tất cả quai và dây túi bên trong nên được bỏ ra bên ngoài cho dễ nhìn. Xếp các nhóm túi này thẳng hàng trong tủ tường hoặc tủ quần áo của bạn ở nơi mà bạn có thể nhìn thấy chúng. Quá trình cất những chiếc túi vào trong một chiếc túi khác, và việc nhận ra những cách kết hợp hài hòa, sẽ mang lại nhiều niềm vui, giống như chơi trò giải đố ô chữ. Khi bạn phát hiện ra một cặp đôi vừa vặn, túi bên ngoài khít với túi bên trong và chúng tương trợ lẫn nhau, việc này giống như thể bạn đang chứng kiến một cuộc gặp định mệnh vậy.

---

[1] Túi xách tote là loại túi lớn có dây xách song song nhau nối từ hai bên thành túi, thường được làm bằng vải cứng, vải bạt. (ND)

Hãy làm rỗng túi hàng ngày

Có vài thứ mà bạn cần dùng hàng ngày, chẳng hạn như ví, vé tàu hoặc vé xe và nhật kí. Nhiều người thấy chẳng cần phải lấy chúng ra khi họ trở về nhà vì đằng nào thì họ cũng sẽ lại sử dụng vào ngày hôm sau, nhưng đây là một suy nghĩ sai lầm. Mục đích của một chiếc ví hoặc túi là để đựng đồ dùng của bạn khi bạn ra khỏi nhà. Bạn cho vào túi xách những thứ mình cần, chẳng hạn như tài liệu, điện thoại di động và ví tiền, và nó mang tất cả những thứ đó mà không hề phàn nàn, thậm chí ngay cả khi nó bị nhét chặt đến mức muốn bung ra. Khi bạn đặt túi xuống và đáy của nó bị kéo lê trên sàn, nó hoàn toàn không ca thán một lời mà chỉ cố gắng hỗ trợ bạn tốt nhất. Đúng là cúc cung tận tụy! Vì thế, thật là tàn nhẫn nếu không cho nó nghỉ ngơi ngay cả khi đã ở nhà. Phải chứa đựng mọi thứ cả ngày, thậm chí ngay cả khi không được dùng đến, chắc hẳn có cảm giác như thể đi ngủ với cái dạ dày chật ứ. Nếu bạn đối xử với những chiếc túi xách của mình như vậy, chẳng mấy chốc trông chúng sẽ mòn mỏi đi mà thôi.

Nếu không tạo thói quen bỏ đồ ra khỏi túi xách khi về nhà, hầu như chắc chắn là bạn cũng sẽ bỏ lại thứ gì đó bên trong khi bạn quyết định sử dụng một chiếc ví khác và trước khi nhận ra điều đó, bạn sẽ quên mất những thứ mà bạn có trong mỗi chiếc túi. Không thể tìm thấy một cái bút hoặc son môi, bạn sẽ lao đi mua một cái mới. Khi chúng tôi dọn dẹp phòng ốc của các khách hàng, những thứ thường thấy nhất trong các túi xách của họ là túi giấy ăn, các đồng xu, những tờ biên lai nhàu nát và bã kẹo cao su được gói trong vỏ đựng kẹo. Một nguy cơ thực sự là những thứ quan trọng như giấy ghi nhớ hoặc tài liệu có thể bị lẫn trong những thứ đó.

Vì vậy, bạn hãy làm rỗng túi hàng ngày. Việc này không phiền phức như bạn nghĩ. Bạn chỉ cần dành một chỗ cho những thứ đựng trong túi. Hãy tìm một cái hộp và để vé tàu/xe, thẻ ra vào công ty và những thứ quan trọng khác vào đó. Sau đó đặt cái hộp vào trong ngăn kéo hoặc tủ đồ. Hộp nào cũng có thể dùng được, nhưng nếu bạn không thể tìm thấy chiếc hộp có kích cỡ phù hợp thì một chiếc hộp đựng giày sẽ làm tốt việc này. Hoặc bạn có thể tạo ra một không gian ở trong góc của ngăn kéo mà không cần phải dùng bất cứ chiếc hộp nào. Vẻ bề ngoài là điều quan trọng, vì vậy nếu như bạn đang dùng một cái hộp thì đừng do dự để tìm lấy một cái mà bạn thực sự ưng ý. Một trong những nơi tốt nhất để đặt cái hộp này là trên nóc tủ ngăn kéo mà bạn dùng để cất đồ và sẽ càng tiện lợi hơn nếu chỗ để hộp ở gần nơi bạn cất túi xách.

Thỉnh thoảng có thể bạn không làm rỗng túi được, vậy cũng không sao. Có những lúc tôi về nhà rất khuya, tôi không buồn bỏ đồ ra khỏi túi vì tôi đã có kế hoạch dùng chúng vào sáng sớm hôm sau. Có chuyện này chỉ có bạn và tôi biết thôi nhé, đó là trong thời gian viết cuốn sách này, có những lần tôi trở về nhà và ngủ gục trên sàn mà thậm chí còn chưa kịp thay đồ. Điều quan trọng là bạn cần tạo ra một môi trường mà ở đó chiếc túi của bạn có thể nghỉ ngơi bằng cách thiết lập một chỗ để cụ thể cho mọi thứ bạn thường cất trong túi.

Những thứ trên sàn vốn nằm trong tủ

Nếu bạn có những chiếc tủ đồ hoặc tủ quần áo, vậy thì hầu hết mọi thứ trong nhà đều có thể được cất trong những chiếc tủ đó. Những chiếc tủ Nhật là không gian cất giữ lý tưởng. Chúng rộng và sâu, được phân chia thành phần trên và phần dưới bằng một cái giá rộng và cực kì vững chắc, và có một chiếc tủ được gắn vào tường ở phía bên trên. Nhưng nhiều người Nhật không biết cách tận dụng không gian cất giữ này. Đối với những người có những chiếc tủ kiểu này, hãy sử dụng chúng một cách chính xác. Không cần biết bạn đã cố gắng vất vả ra sao để thiết kế một thiết bị tài tình nào đó nhằm giải quyết tất cả các vấn đề cất giữ của mình, kết quả cuối cùng hầu như luôn là bạn sẽ khó sử dụng chúng hơn những gì sẵn có.

Phương pháp cơ bản để sử dụng hiệu quả một chiếc tủ đồ là như sau. Trước hết, nguyên tắc chung là những vật dụng theo mùa nhưng chưa dùng đến nên được cất giữ ở những chỗ khó tiếp cận nhất. Chúng bao gồm đồ trang trí vào dịp Giáng sinh, đồ trượt tuyết, đồ leo núi hoặc những trang phục và dụng cụ thể thao dùng theo mùa khác. Đây cũng là chỗ tốt nhất để cất những vật lưu niệm cỡ lớn không vừa với kệ sách, chẳng hạn một cuốn album ảnh cưới hay những cuốn album ảnh khác. Nhưng đừng để chúng trong những hộp bìa cứng. Thay vào đó, hãy dựng chúng tựa vào mặt trong của tủ đồ như cách bạn dựng sách trên giá. Nếu không thì gần như là bạn sẽ không còn trông thấy chúng lần nữa đâu.

Quần áo mặc hàng ngày nên được cất trong tủ đồ. Nếu bạn sử dụng những chiếc hộp nhựa trong để cất quần áo, tôi đặc biệt khuyên bạn nên dùng ngăn kéo thay vì dùng các loại hộp như thế. Khi cất quần áo mặc nhanh (instant clothes) vào trong một chiếc hộp thì việc lấy chúng ra sẽ trở nên khó nhọc và trong hầu hết trường hợp, người ta không buồn lấy chúng ra kể cả khi mùa sử dụng đã đến. Và, tất nhiên là bạn hãy gập và xếp những trang phục đó ở rìa của ngăn kéo.

Nơi tốt nhất để cất bộ đồ giường (chăn, ga, gối...) là ở giá trên cùng của tủ đồ, tại đó chúng sẽ ít bị hút ẩm và bám bụi. Không gian bên dưới tủ đồ có thể được dùng để cất các thiết bị điện chưa đến mùa sử dụng như quạt và máy sưởi. Cách tốt nhất để sử dụng một chiếc tủ đồ kiểu Nhật là hãy nghĩ về nó như một căn phòng nhỏ và hãy cất giữ vật dụng vào trong các ngăn kéo hoặc những bộ phận chứa đựng khác của nó. Tôi có một khách hàng cất tất cả những trang phục rộng trong tủ đồ. Khi chúng tôi mở cửa tủ, bên trong nó trông như một thùng rác và những trang phục đó không khác gì một mớ hỗn độn.

Bạn sẽ thấy hiệu quả hơn nữa nếu chuyển tất cả các dụng cụ cất giữ vào tủ đồ. Tủ đồ là nơi tôi thường dùng để đặt các giá thép, kệ sách và những cái giá gỗ dán vốn cũng có thể sử dụng làm nơi để sách. Tôi cũng cất bất kì đồ vật lớn nào chiếm diện tích mặt sàn – ví dụ va li, gậy đánh gôn, thiết bị điện hoặc đàn ghi-ta – vào tủ đồ. Tôi chắc chắn rằng nhiều người trong số các khách hàng của tôi không tin là họ có thể thể cất vừa mọi vật dụng của họ vào tủ đồ, nhưng ngay khi tuân theo Phương pháp KonMari trong việc sắp xếp và loại bỏ, thì họ sẽ thấy việc này khá đơn giản.

Giữ bồn tắm và bồn rửa bát ngăn nắp

Có bao nhiêu lọ dầu gội đầu và dầu dưỡng tóc trong phòng tắm của bạn? Các thành viên trong gia đình có thể sử dụng những loại sản phẩm khác nhau, hoặc bạn có thể có một số loại sản phẩm mà bạn dùng tùy theo tâm trạng hoặc theo những liệu pháp mỗi tuần một lần. Nhưng những chai lọ đó sẽ gây khá nhiều phiền phức khi bạn dọn dẹp nhà tắm. Khi được để trên sàn phòng tắm có gương sen hoặc ở rìa phòng tắm, chúng trở nên nhầy nhụa. Để tránh tình trạng này, một vài người sử dụng một chiếc giỏ đan bằng dây kim loại làm vật đựng, nhưng theo kinh nghiệm của riêng tôi, cách làm này chỉ khiến tình trạng trở nên tồi tệ hơn.

Tôi từng mua một chiếc giỏ đan bằng dây kim loại đủ lớn để đựng tất cả xà phòng, dầu gội và thậm chí mặt nạ đắp mặt của cả gia đình. Niềm vui của tôi với vật dụng tiện lợi này hóa ra cũng chỉ thoảng qua. Mỗi khi tắm xong tôi đều làm khô nhà tắm, nhưng chẳng bao lâu việc lau chùi từng chiếc giỏ đan bằng dây kim loại trở nên nhàm chán và tôi chỉ làm ba ngày một lần, rồi năm ngày một lần, sau đó thậm chí còn ít hơn, cho đến lúc tôi hoàn toàn quên việc phải lau dọn nhà tắm. Một ngày kia, tôi nhận thấy chai dầu gội đầu có màu đỏ, còn đáy chai thì nhầy nhụa. Kiểm tra chiếc giỏ, tôi thấy nó bị một lớp nhớt nhớp nhúa bao phủ đến mức tôi không dám nhìn. Gần như bật khóc, tôi cọ sạch chiếc giỏ kim loại và không bao lâu sau tôi vứt nó đi. Nó chỉ gây thêm nhiều phiền toái và mỗi lần tôi vào phòng tắm rồi nhìn thấy nó, nó lại khiến tôi nhớ lại thời điểm nhớp nhúa kinh tởm khi ấy. Lúc đó tôi đã nhận ra rằng phòng tắm là nơi ẩm ướt nhất trong nhà, điều này hiển nhiên khiến nó là chỗ bất hợp lí nhất để cất giữ bất kì thứ gì.

Nếu không dùng đến, chúng ta sẽ không lấy xà phòng và dầu gội ra khỏi chỗ để, khi đó nhiệt độ và hơi ẩm sẽ ảnh hưởng xấu đến chất lượng của xà phòng và dầu gội. Do đó, phương châm của tôi là giữ mọi thứ cách xa phòng tắm hoặc buồng tắm gương sen. Dù thế nào, bất kì thứ gì dùng trong nhà tắm cũng phải được làm khô sau khi sử dụng, điều này có ý nghĩa hơn nhiều so với việc dùng khăn phòng tắm lau chùi vài thứ mà chúng ta dùng rồi cất chúng trong tủ đồ. Thoạt nhìn thì cách lau chùi này dường như hiệu quả hơn, nhưng thực ra không phải vậy. Bạn sẽ thấy việc dọn dẹp sạch sẽ phòng tắm hoặc buồng tắm gương sen nhanh chóng và dễ dàng hơn nhiều nếu không có xà phòng và các loại chai lọ lộn xộn khắp nơi, và rất ít chất nhờn còn bám lại.

Cách làm tương tự cũng đúng với khu vực bồn rửa bát. Bạn có để những miếng bọt biển và nước rửa bát ở cạnh bồn rửa? Còn tôi thì cất chúng ở bên dưới bồn rửa bát. Bí quyết này đảm bảo giữ cho miếng bọt biển rửa bát hoàn toàn khô ráo. Nhiều người sử dụng miếng bọt biển bằng dây kim loại có giác mút gắn vào bồn rửa. Nếu bạn cũng làm như vậy, tôi khuyên bạn là nên bỏ nó đi ngay lập tức. Nó không thể khô được nếu lúc nào cũng bị dính nước bắn vào mỗi khi bạn dùng bồn rửa và rồi chẳng mấy chốc nó sẽ bắt đầu bốc mùi khó chịu. Để tránh tình trạng này, hãy vắt kiệt miếng bọt biển sau khi dùng và treo nó lên cho khô ráo. Bạn có thể dùng một chiếc móc treo quần áo để treo nó trên giá mắc khăn lau hoặc nếu không có giá mắc khăn lau thì treo trên tay nắm của ngăn kéo nhà bếp. Cá nhân tôi khuyên bạn nên treo những miếng bọt biển ra ngoài, ví dụ như phơi quần áo.

Tôi không chỉ phơi những miếng bọt biển mà còn phơi cả thớt, chảo và bát đĩa ngoài hiên. Nắng mặt trời là cách khử trùng hiệu quả và bếp của tôi luôn luôn trông rất ngăn nắp vì tôi không cần phải dùng đến giá đựng bát đĩa. Trên thực tế, thậm chí tôi không có cái giá đựng bát đĩa nào. Tôi đặt tất cả đĩa đã rửa vào trong một cái bát hoặc cái chảo lớn và để chúng ngoài hiên để phơi khô. Tôi có thể rửa bát đĩa vào buổi sáng và chỉ việc bỏ chúng ra ngoài hiên là xong. Tùy vào thời tiết và nơi bạn sinh sống mà cách làm này có thể phù hợp với bạn hay không

Bạn để dầu ăn, muối, hạt tiêu, xì dầu và những gia vị khác ở đâu? Nhiều người để chúng ngay cạnh bếp đun vì họ có thể tiện tay lấy chúng. Nếu bạn giống như họ, thế thì tôi hi vọng bạn sẽ giải phóng cho chúng ngay bây giờ. Chỉ có một lí do thôi, quầy bếp [hoặc bệ trong nhà bếp – ND] là nơi để chuẩn bị thức ăn, chứ không phải chỗ để cất đồ. Cụ thể là, không gian quầy bếp bên cạnh bếp đun tiếp xúc trực tiếp với thức ăn và dầu ăn, và những đồ gia vị để ở đây luôn bị bám dầu mỡ. Những hàng chai lọ để ở đây rất khó có thể giữ được sạch sẽ và khu vực bếp sẽ luôn luôn bị một lớp màng dầu mỡ bao phủ. Đó là lí do khiến các giá và tủ bếp thường được thiết kế để cất đồ gia vị tách rời khỏi nơi nấu nướng. Và việc khá phổ biến là người ta sẽ lắp đặt chiếc ngăn kéo hoặc tủ bếp dài và hẹp ở kế bên bếp đun vì mục đích trên.

Trang trí tủ đồ bằng những vật yêu thích

"Xin đừng mở nó ra!" là một điệp khúc phổ biến. Các khách hàng của tôi luôn có một chiếc ngăn kéo, một cái hộp hoặc một tủ đồ không muốn cho tôi xem. Tất cả chúng ta đều có những thứ mà chúng ta không muốn để người khác biết, đó là những thứ mà chúng ta cảm thấy là quan trọng. Những vật phổ biến là các tờ poster có hình thần tượng nhạc pop cùng những vật lưu niệm với những người hâm mộ khác và các cuốn sách gắn với sở thích riêng. Các tờ poster thường được cuộn lại và để ở sau tủ đồ, còn những chiếc đĩa CD được cất trong một chiếc hộp. Nhưng đây là một sự lãng phí. Ít ra thì phòng của bạn cũng nên là nơi để bạn có thể theo đuổi và chiều theo những sở thích của tâm hồn. Vì thế, nếu bạn thích điều gì thì đừng nên giấu nó đi. Nếu bạn muốn làm theo sở thích nhưng không muốn cho bạn bè hoặc người khác biết thì tôi có một giải pháp cho bạn. Hãy biến không gian cất giữ của bạn thành chốn riêng tư, điều này cho phép bạn cảm nhận được sự thoải mái thực sự. Hãy sử dụng những vật quý giá mà bạn thích để trang trí mặt lưng bên trong tủ quần áo hoặc mặt trong của cánh cửa tủ.

Bạn có thể trang trí tủ quần áo bằng bất cứ thứ gì, cho dù là đồ riêng tư hay không. Các tờ poster, tranh ảnh, vật trang trí, bất cứ thứ gì mà bạn thích. Không hề có giới hạn cho những cách thức trang trí không gian cất giữ của bạn. Không một ai có thể phàn nàn khi họ trông thấy chúng. Không gian cất giữ của bạn chính là thiên đường riêng tư cho phép cá tính được thể hiện trọn vẹn.

Trang phục mới:
dỡ khỏi túi và bỏ nhãn mác ngay

Một trong nhiều điều khiến tôi kinh ngạc khi giúp các khách hàng dọn dẹp đó là số lượng vật dụng vẫn còn nguyên trong bao bì. Thực phẩm và những đồ dùng vệ sinh thì tôi còn có thể hiểu được nhưng tại sao người ta lại nhét cả trang phục như tất và đồ lót vào trong ngăn kéo mà chưa hề lấy chúng ra khỏi bao bì? Như thế chúng sẽ chiếm nhiều không gian hơn và cũng dễ bị quên lãng hơn.

Cha tôi thích tích trữ tất. Mỗi lần đến siêu thị, ông lại mua những đôi tất xám hoặc đen để đi cùng với quần áo của ông và cất chúng còn nguyên cả bao bì vào ngăn kéo. Những chiếc áo len dài tay màu xám cũng là một thứ nữa mà cha tôi luôn muốn sẵn có, và tôi thường bắt gặp chúng ở phía bên trong tủ đồ, vẫn còn được gói nguyên trong túi bọc ni lông. Tôi luôn cảm thấy tiếc vì có quá nhiều những trang phục như thế không được dùng đến. Tôi từng nghĩ đó chỉ là thói quen đặc biệt của cha tôi, nhưng khi tôi bắt đầu đến thăm nhà của các khách hàng, tôi nhận ra rằng có nhiều người giống ông. Đồ tích trữ thường gồm những thứ mà khách hàng hay sử dụng, phổ biến nhất là tất, đồ lót và quần nịt. Có một điểm chung cho những khách hàng này đó là họ tích trữ nhiều hơn hẳn so với nhu cầu sử dụng. Tôi sửng sốt khi phát hiện ra họ mua nhiều chiếc cùng loại trước cả khi họ dỡ chúng ra khỏi bao bì. Có lẽ thực tế là những thứ ở trong bao bì đã làm mờ mắt người sở hữu. Ví dụ, số lượng tất nịt kỉ lục được tìm thấy trong nhà một khách hàng là 82 đôi. Vẫn còn nguyên trong bao bì, chúng lấp kín một chiếc hộp nhựa đựng đồ.

Cứ cho là, khi bạn mua thứ gì đó, cách cất giữ tiện lợi nhất là chỉ việc quẳng chúng vào trong ngăn kéo khi vẫn còn đựng trong bao bì. Và có lẽ còn có sự vui thú nào đó trong việc dỡ bỏ bao bì khi bạn lấy nó ra mặc lần đầu tiên. Nhưng sự khác nhau duy nhất giữa những vật còn nguyên bao bì ở trong ngăn kéo và những vật ở trong kho là ở chỗ chúng đang được cất giữ ở đâu. Người ta thường cho rằng mua thật nhiều đồ vào dịp giảm giá là cách tiết kiệm nhất. Nhưng thực tế là ngược lại. Nếu bạn cân nhắc về chi phí cất giữ thì rõ ràng là sẽ tiết kiệm hơn khi giữ những thứ đó trong kho hàng thay vì ở trong nhà của bạn. Hơn nữa, nếu bạn mua và sử dụng chúng khi cần thì khi đó chúng sẽ mới và trong tình trạng tốt hơn. Đây là lí do tại sao tôi khuyến nghị bạn kiềm chế việc tích trữ vật dụng. Thay vì mua thứ mà bạn cần, hãy dỡ mọi vật trong bao bì ra ngay lập tức và sắp xếp chúng lại. Nếu bạn đã tích trữ lượng lớn một thứ gì đó, ít nhất hãy bỏ chúng ra khỏi bao bì. Để nguyên trang phục trong bao bì sẽ chẳng sao hết trừ việc khiến chúng hư hại mà thôi.

Thứ phổ biến nhất được giữ trong bao bì là tất nịt. Khi bạn bỏ chúng ra khỏi bao bì, hãy bỏ luôn cả lớp lót cứng bên trong. Bạn không cần chúng. Ngay khi được lấy khỏi bao bì và gấp lại, chúng sẽ tiết kiệm được 25% không gian so với khi chưa bỏ ra. Do đó, chúng cũng có khả năng được sử dụng nhiều hơn vì giờ đây có thể lấy chúng ra dễ dàng. Tôi nghĩ là chỉ khi bạn bỏ vật dụng nào đó ra khỏi bao bì, khi đó bạn mới có thể gọi nó là của bạn.

Tương tự với những trang phục trong bao bì là những trang phục vẫn còn gắn nhãn mác. Tôi thường tìm thấy váy hoặc áo len vẫn còn nguyên nhãn giá hoặc nhãn sản phẩm trong nhà của khách hàng. Trong hầu hết các trường hợp, khách hàng của tôi đã quên sự tồn tại của chúng và có vẻ ngạc nhiên khi trông thấy chúng, mặc dù thực tế là những thứ đó đang được treo trên giá trong tủ quần áo ngay trước mắt họ. Suốt một thời gian dài, tôi đã tự hỏi điều gì khiến những thứ quần áo đó trở nên vô hình. Quyết tâm tìm ra lời giải thích cho tình trạng này, tôi đã quan sát những nơi cất quần áo trong nhiều kho hàng khác nhau.

Sau khi tiến hành nghiên cứu một thời gian, tôi nhận ra sự khác biệt đáng chú ý giữa quần áo cất trong tủ của khách hàng và quần áo được treo trên giá trong cửa hàng. Quần áo trong cửa hàng rất khác với quần áo chúng ta mặc hàng ngày. Chúng toát ra vẻ khô cứng và những bộ quần áo vẫn còn nguyên nhãn giá sẽ vẫn giữ vẻ khô cứng ấy. Đây là cách mà tôi nhìn thấy chúng. Quần áo trong một cửa hàng là những sản phẩm, trong khi quần áo ở nhà là những vật sở hữu của cá nhân. Quần áo vẫn còn nhãn giá giống như thể vẫn chưa thuộc về sở hữu của chúng ta và do đó chúng còn chưa thuộc quyền của chúng ta. Bị áp đảo bởi những trang phục "hợp thức" của chúng ta, chúng sẽ ít được chú ý. Vì thế, thật tự nhiên thôi khi chúng ta bỏ sót và cuối cùng quên mất chúng khi chúng ta xem lướt qua tủ quần áo.

Vài người lo lắng rằng khi họ bỏ nhãn mác đi, giá trị của chúng sẽ không còn khi họ mang bán chúng ở cửa hàng bán trang phục đã qua sử dụng (recycle shop)[1], nhưng chuyện này thật mâu thuẫn. Nếu bạn đi mua quần áo, sau đó chọn một số trang phục, tức là bạn có ý định chào đón chúng vào ngôi nhà của mình

---

[1] Ở Nhật có các cửa hàng bán trang phục đã qua sử dụng (recycle shop). Người ta có thể mang quần áo không dùng nữa bán cho các cửa hàng, và các cửa hàng này sẽ bán lại các trang phục đó. (ND)

và chăm sóc chúng. Để quần áo của bạn chuyển từ những sản phẩm để trong kho hàng trở thành những vật sở hữu cá nhân, bạn cần bỏ ngay nhãn mác.

Đừng đánh giá tiếng ồn dựa vào thông tin trên giấy tờ

Những học viên ở trình độ cao nhìn chung sẽ đòi hỏi có được mức độ thoải mái hơn trong không gian của họ ngay khi họ đã giải quyết thành công những vấn đề về sở hữu và tích trữ dư thừa. Nhìn thoáng qua, nhà cửa của một vài khách hàng của tôi đã gọn ghẽ đến mức dường như họ không còn cần tới sự trợ giúp của tôi nữa.

Một khách hàng của tôi đang ở tuổi 30, sống cùng chồng và cô con gái 6 tuổi. Cô ấy không hề băn khoăn khi phải bỏ bớt các vật dụng trong nhà và ngay trong bài học đầu tiên, cô ấy đã bỏ 200 cuốn sách và 300 túi đồ các loại khác. Cô ấy chính là một người xây tổ ấm và dành thời gian để chăm lo nhà cửa, tổ chức các buổi uống trà cho các bà mẹ khác cùng với con cái của họ hai lần một tháng và mở các lớp học cắm hoa thường xuyên ngay tại nhà. Cô ấy thường có khách tới thăm và có ý thức tốt về việc giữ cho nhà cửa gọn gàng, ngăn nắp, nên cô sẽ chẳng hề cảm thấy bối rối khi bất ngờ phải tiếp đón khách khứa. Cô sống trong một căn nhà có hai phòng ngủ, phòng ăn kết hợp với nhà bếp, và vật dụng trong nhà được sắp xếp gọn ghẽ trong những chiếc tủ liền tường và hai giá đựng bằng kim loại cao ngang đầu. Sàn gỗ phẳng luôn luôn được lau sạch. Bạn bè băn khoăn không biết liệu cô ấy còn có thể ngăn nắp được hơn nữa hay không, nhưng dường như cô ấy vẫn chưa hài lòng.

"Chúng tôi không có quá nhiều vật dụng nhưng tôi vẫn chưa cảm thấy ổn lắm. Tôi cảm thấy như thể mình cần làm tiếp một bước nào đó nữa."

Khi tôi tới thăm nhà cô ấy, nó ngăn nắp, gọn gàng, nhưng đúng như cô ấy nói, còn có điều gì đó chưa ổn lắm. Điều đầu tiên mà tôi vẫn làm là mở tất cả các cánh cửa ở mọi nơi chứa đồ. Khi tôi mở chiếc tủ đồ chính trong nhà, tôi đã thấy điều mà tôi trông đợi. Những chiếc nhãn tuyên bố "Các giải pháp cất giữ tuyệt vời!" được dán vào những chiếc ngăn kéo nhựa trong, những gói chất khử mùi phòng được ca ngợi bằng dòng chữ "Làm tươi mát không khí ngay lập tức!", còn những chiếc hộp bìa cứng cất tiếng khẳng định "Cam vùng Iyo" chính hiệu. Chỗ nào cũng thấy chữ, chữ và chữ nhảy xổ vào tôi. Mỗi khi mở một cánh cửa tủ, cả một dòng thác thông tin lại đổ ra khiến căn phòng trở nên "ầm ĩ". Đặc biệt là nếu những từ ngữ đó viết bằng ngôn ngữ của bạn, chúng sẽ nhảy vào trong tầm nhìn của bạn, và não của bạn sẽ xử lí chúng như những thông tin cần được sắp xếp, phân loại. Điều này khiến tâm trí bạn trở nên náo động.

Trong trường hợp khách hàng của tôi, mỗi khi muốn lựa chọn quần áo, cô ấy lại bị những thông điệp như "Cam vùng Iyo" và "Làm tươi mát không khí ngay lập tức!" tấn công túi bụi, cứ như thể có ai đó đang lẩm bẩm liên tục bên tai. Kì lạ thay, ngay cả khi cửa tủ đã đóng lại cũng không chặn được dòng thác thông tin này. Những từ ngữ ấy vẫn cứ tràn ngập trong không khí. Theo kinh nghiệm của tôi, những không gian cất giữ trong nhà luôn gây ra cảm giác "ầm ĩ" cho dù bề ngoài trông chúng có vẻ ngăn nắp, vì chúng luôn ngập trong những thông tin không cần thiết. Nhà cửa càng ngăn nắp và thừa đồ đạc thì những tiếng ồn này càng có cảm giác lớn hơn. Vì vậy hãy bắt đầu ngay bằng việc loại bỏ những dấu ấn của sản phẩm ra khỏi những vật chứa đựng trong nhà bạn. Đây là điều tối quan trọng, giống như việc bạn bỏ nhãn mác ra khỏi trang phục mới để chào đón chúng trở thành vật sở hữu cá nhân của bạn. Xé bỏ phim in bọc những thứ mà bạn không muốn thấy, chẳng hạn chất khử mùi phòng và chất tẩy. Những không gian khuất tầm mắt vẫn là một phần của ngôi nhà. Bằng cách loại bỏ những thông tin tiếp cận trực tiếp với thị giác mà không đem lại niềm vui, bạn có thể khiến không gian của mình trở nên yên bình và dễ chịu hơn nhiều. Sự khác biệt mà điều này tạo ra sẽ khiến bạn kinh ngạc, vì vậy sẽ thật là lãng phí nếu không thử làm nó.

Biết ơn những vật thuộc sở hữu của mình

Một trong những bổn phận ở nhà mà tôi giao cho các khách hàng của mình đó là cần biết ơn những vật mà họ sở hữu. Ví dụ, tôi thúc giục họ thử nói: "Cảm ơn bạn vì đã giữ ấm cho tôi cả ngày" khi họ treo quần áo lên mắc sau khi trở về nhà. Hoặc, khi họ tháo các phụ kiện trang sức, tôi gợi ý họ hãy nói: "Cảm ơn bạn vì đã làm đẹp cho tôi", và khi cất túi xách vào tủ, hãy nói: "Nhờ có bạn mà hôm nay tôi đã làm được nhiều việc đến thế." Hãy bày tỏ sự cảm kích đối với mỗi vật dụng đã hỗ trợ bạn suốt cả ngày. Nếu bạn thấy khó có thể làm việc này hàng ngày, vậy thì ít nhất hãy làm bất cứ khi nào bạn có dịp.

Tôi bắt đầu đối xử với các vật thuộc sở hữu của mình như thể chúng đang sống kể từ khi tôi còn là học sinh trung học. Hồi đó tôi có một chiếc điện thoại di động. Màn hình điện thoại chỉ hiển thị một màu thôi, nhưng tôi yêu thiết kế chắc nịch và màu xanh nhạt của nó. Tôi không phải người nghiền điện thoại, nhưng tôi thích chiếc điện thoại của mình đến mức bất chấp quy định của nhà trường và để nó trong túi áo đồng phục hàng ngày. Mỗi khi có dịp tôi lại lấy nó ra để ngắm nhìn và cười một mình. Công nghệ phát triển và giờ đây ai ai cũng có điện thoại di động màn hình màu. Tôi vẫn kiên trì với chiếc điện thoại lỗi thời của mình đến chừng nào còn có thể, nhưng cuối cùng nó bị xây xước quá nhiều và mòn đi, thế là tôi phải thay nó. Khi có chiếc điện thoại mới, tôi nghĩ ra ý tưởng kiểm tra chiếc điện thoại cũ. Nó là chiếc điện thoại cũ đầu tiên của tôi và tôi thấy khá phấn khích. Sau khi suy nghĩ giây lát, tôi soạn một tin nhắn đơn giản "Cảm ơn bạn vì mọi điều" kèm theo biểu tượng trái tim rồi gửi đến chiếc điện thoại cũ. Chiếc điện thoại cũ của tôi lập tức kêu lên và tôi kiểm tra tin nhắn. Tất nhiên đó chính là dòng chữ mà tôi vừa gửi đi. Tôi nói với chiếc điện thoại cũ: "Tuyệt vời. Bạn đã nhận được tin nhắn của tôi. Tôi thực sự muốn cảm ơn bạn vì tất cả những điều bạn đã làm." Và rồi tôi bấm nút tắt nó đi.

Vài phút sau, tôi mở chiếc điện thoại cũ và ngạc nhiên khi thấy màn hình trống rỗng. Dù tôi bấm nút gì đi nữa, màn hình cũng không có phản ứng nào. Chiếc điện thoại của tôi, chưa từng hỏng bao giờ kể từ ngày đầu tiên tôi có nó, nay đã chết sau khi nhận được tin nhắn của tôi. Nó không bao giờ hoạt động trở lại nữa cứ như thể nó nhận ra rằng sau khi công việc đã hoàn thành, nó có thể rời khỏi vị trí. Tất nhiên, tôi biết vài người thấy khó mà tin được là những vật vô tri lại có thể phản ứng trước cảm xúc của con người, và có lẽ họ sẽ cho rằng thực ra chuyện này chỉ ngẫu nhiên thôi. Thế nhưng, chúng ta thường nghe chuyện các vận động viên chăm sóc yêu thương những dụng cụ thể thao của họ, đối xử với chúng như thể chúng là những linh vật. Tôi nghĩ là họ đã ý thức được sức mạnh của những đồ vật ấy. Nếu chúng ta đối xử với tất cả mọi thứ mà chúng ta dùng trong cuộc sống hàng ngày, cho dù đó là chiếc máy vi tính, túi xách hoặc bút máy hay bút chì, như cách các vận động viên dành cho dụng cụ của họ, thì chúng ta có thể gia tăng đáng kể số "người trợ giúp" gắn bó với cuộc sống của mình. Bởi lẽ, sở hữu là một phần bản chất trong đời sống hàng ngày của chúng ta, chứ không phải một thứ gì đó chỉ dành cho những trận thi đấu hay cuộc thi.

Thậm chí nếu chúng ta vẫn chưa ý thức được về chuyện này thì các vật sở hữu vẫn sẽ làm việc chăm chỉ vì chúng ta, thực hiện vai trò của chúng hàng ngày để hỗ trợ cho cuộc sống của chúng ta. Cũng giống như việc chúng ta muốn trở về nhà và thư giãn sau một ngày làm việc, các vật dụng của chúng ta cũng sẽ thở phào nhẹ nhõm khi chúng trở về nơi cất giữ. Bạn có bao giờ nghĩ về việc không muốn có một nơi chốn ổn định hay không? Cuộc sống của chúng ta khi đó sẽ rất bất ổn. Điều này hoàn toàn chính xác vì chúng ta có một ngôi nhà để về, từ đây chúng ta có thể đi làm, đi mua sắm hoặc giao tiếp với người khác. Điều tương tự cũng đúng với những vật dụng của chúng ta. Điều quan trọng với chúng là có được sự đảm bảo tương tự về việc có một nơi chốn để chúng trở về. Bạn có thể nói với chúng về sự khác biệt này. Những vật sở hữu có một chỗ mà chúng thuộc về và chúng được trở về đó mỗi ngày để nghỉ ngơi.

Ngay khi các khách hàng của tôi học được cách đối xử trân trọng với trang phục của mình, họ luôn nói với tôi: "Quần áo của tôi bền hơn. Áo len của tôi không còn dễ bị tuột sợi, và tôi không cần phải móc lại áo nhiều như trước nữa." Điều này gợi ý rằng việc chăm sóc các vật sở hữu của bạn là cách tốt nhất để khích lệ chúng hỗ trợ bạn, người chủ của chúng. Khi bạn đối xử tốt với vật dụng của mình, chúng sẽ luôn đáp lại nồng hậu. Vì lí do này, mỗi khi có dịp tôi lại yêu cầu bản thân dành thời gian với nơi cất giữ vật dụng và khiến chúng vui vẻ. Rốt cuộc, việc cất giữ là một hành động chọn lựa thiêng liêng mà ngôi nhà dành cho những vật dụng của bạn.

5

Tác dụng của việc dọn dẹp:
khiến cuộc sống biến chuyển
diệu kì

Dọn dẹp nhà cửa và phát hiện ra
những điều bạn thực sự muốn làm

Ở Nhật Bản, hình ảnh của người đại diện cho lớp học là một người nổi tiếng, có những phẩm chất lãnh đạo và thích nổi bật, chúng tôi sử dụng thuật ngữ "tuýp người kiểu mẫu" cho bất kì ai có được những phẩm chất này. Trái lại, tôi là "tuýp người tổ chức", một kiểu người kì cục, hoạt động thầm lặng và kín đáo trong góc lớp, chỉ biết sắp xếp những chiếc giá sách. Tôi đang nói về chuyện này theo nghĩa đen của nó và hoàn toàn nghiêm túc đấy.

Nhiệm vụ chính thức đầu tiên mà tôi được giao ở trường phổ thông chính là "công việc dọn dẹp". Tôi vẫn nhớ như in ngày đó. Ai nấy đều ganh đua nhau để giành lấy những việc như cho thú nuôi ở trường ăn hoặc tưới cây, nhưng khi giáo viên nói: "Ai muốn nhận công việc sắp xếp lại và dọn dẹp phòng học?" thì trừ tôi ra chẳng có ai giơ tay cả và tôi vô cùng hồ hởi làm công việc này. Khi hồi tưởng lại, tôi nhận ra những tố chất dọn dẹp của mình thậm chí đã xuất hiện từ khi còn nhỏ. Ở các chương trước, chắc bạn đã biết tôi dành thời gian ở trường vui vẻ và tự tin ra sao để sắp xếp lại phòng học, các tủ đựng đồ và giá sách.

Khi tôi kể lại chuyện này, mọi người thường nói: "Bạn quá may mắn vì bạn đã biết điều bạn thích ngay từ khi còn trẻ như thế. Tôi ghen tị với bạn đấy. Tôi chẳng có ý tưởng gì về điều tôi muốn làm cả..." Nhưng thực sự là chỉ gần đây tôi mới nhận ra là mình thích công việc sắp xếp, thu dọn đến mức nào. Mặc dù bây giờ tôi dành hầu hết thời gian cho việc dọn dẹp, cũng như hướng dẫn khách hàng tại nhà của họ hoặc giảng dạy, thế nhưng khi còn trẻ, giấc mơ của tôi chỉ là lấy chồng. Việc dọn dẹp chưa trở thành điều không thể thiếu trong cuộc sống hàng ngày của tôi cho đến khi tôi bắt đầu kinh doanh, và lúc đó tôi nhận ra nó có thể là nghề nghiệp của mình. Trước đây khi người ta hỏi tôi thích làm gì, tôi sẽ do dự và rốt cục trả lời trong tuyệt vọng: "Đọc sách", và lúc nào cũng băn khoăn: "Tôi muốn làm gì?" Tôi hoàn toàn quên mất việc được phân công vai trò là người tổ chức trong lớp học ở trường phổ thông. Trong tâm trí mình, tôi có thể thấy thầy giáo đang viết tên tôi trên bảng đen và tôi ngạc nhiên nhận ra là mình vốn đã thích thú với lĩnh vực này ngay từ khi còn rất nhỏ.

Bạn hãy nhớ lại những năm tháng ở trường phổ thông và những điều mà bạn thích làm. Có thể bạn đã nhận nhiệm vụ cho thú nuôi ăn hoặc có lẽ bạn thích vẽ tranh. Dù là gì đi nữa, những dịp đó thực sự có mối liên hệ nào đó với những gì mà bạn đang làm bây giờ, giống như phần bản chất của cuộc đời bạn, thậm chí nếu bạn không làm nó theo cùng một cách. Vì nhìn vào cốt lõi thì những điều chúng ta thực sự thích sẽ không thay đổi theo thời gian. Dọn dẹp nhà cửa chính là cách tuyệt vời nhất để phát hiện ra sở thích của bạn.

Một trong những khách hàng cũng là người bạn tốt của tôi từ thời đại học. Dù ban đầu làm việc cho một công ty công nghệ tin học lớn sau khi ra trường nhưng trong quá trình dọn dẹp nhà cửa, cô ấy đã phát hiện ra điều mà mình thực sự thích làm. Khi chúng tôi kết thúc việc dọn dẹp nhà của cô ấy, cô ấy nhìn vào giá sách giờ đây chỉ còn những cuốn sách khiến cô phải say mê và nhận ra rằng tất cả những tựa sách đều liên quan tới phúc lợi xã hội. Nhiều cuốn sách mà cô ấy mua để học tiếng Anh hoặc giúp cô ấy cải thiện các kĩ năng thư kí của mình khi đi làm giờ đây đã không còn, trong khi những cuốn sách về phúc lợi xã hội mà cô ấy mua khi còn là học sinh phổ thông thì vẫn còn trên giá sách. Khi nhìn chúng, cô nhớ lại công việc tình nguyện mà mình đã làm, đó là trông trẻ suốt nhiều năm trước khi vào làm tại công ty tin học. Bỗng nhiên cô ấy nhận ra mình muốn đóng góp vào việc xây dựng một xã hội trong đó các bà mẹ có

thể làm việc mà không cần lo lắng về việc cho con ăn.
Lần đầu tiên ý thức về niềm đam mê của mình, sau
khóa học của tôi, cô ấy đã dành cả năm trời để nghiên
cứu và chuẩn bị, sau đó cô ấy nghỉ việc và lập một
công ty trông trẻ. Giờ đây cô ấy có nhiều khách hàng
trông cậy vào dịch vụ của cô ấy và ngày nào cũng vui
vẻ khám phá những cách thức để phát triển hơn nữa
doanh nghiệp của mình.

"Khi tôi dọn dẹp nhà cửa, tôi đã phát hiện ra
điều mà tôi thực sự muốn làm." Đó là những câu mà
các khách hàng thường nói với tôi. Đối với nhiều
người trong số họ, trải nghiệm với công việc dọn dẹp
khiến họ gắn bó hơn với công việc của mình. Một vài
người thành lập công ty riêng, một số khác thay đổi
công việc và vẫn có những người càng thêm yêu thích
nghề nghiệp hiện tại. Họ cũng trở nên say mê hơn
với những sở thích khác, việc nhà và cuộc sống gia
đình. Về bản chất, họ hiểu rõ hơn những điều thực
sự thích và, kết quả là, cuộc sống hàng ngày trở nên
thú vị hơn.

Mặc dù chúng ta có thể biết rõ hơn về bản
thân mình bằng cách ngồi xuống và phân tích các
tính cách bản thân hoặc lắng nghe những nhận
xét của người khác về chúng ta, nhưng tôi tin rằng
việc dọn dẹp nhà cửa là cách làm tốt nhất. Cuối
cùng, những vật sở hữu của chúng ta có mối liên

hệ chính xác với mọi quyết định mà chúng ta thực hiện trong suốt cuộc đời. Việc dọn dẹp là cách kiểm kê lại những thứ cho chúng ta thấy điều mà chúng ta thực sự thích là gì.

Tác dụng của việc dọn dẹp: khiến cuộc sống biến chuyển diệu kì

"Cho đến nay, tôi tin vào tầm quan trọng của việc thêm vào cuộc đời mình những điều mới mẻ, vì thế tôi tham dự các buổi hội thảo và nghiên cứu để gia tăng kiến thức cho bản thân. Nhưng thông qua khóa học của bạn về cách dọn dẹp không gian sống của mình, lần đầu tiên tôi nhận ra rằng việc bỏ đi thậm chí còn quan trọng hơn cả việc thêm vào."

Đây là nhận xét của một khách hàng nữ ở độ tuổi 30 yêu thích việc nghiên cứu và đã xây dựng được cho mình một mạng lưới quan hệ rộng rãi. Cuộc sống của cô thay đổi mạnh mẽ kể từ sau khi tham dự khóa học của tôi. Thứ chủ yếu mà cô ấy không muốn từ bỏ chính là bộ sưu tập đồ sộ tài liệu và những bản ghi chép các buổi hội thảo, nhưng rốt cuộc cũng phải từ bỏ chúng, cô ấy cảm thấy như mình trút đi được gánh nặng khổng lồ. Sau khi bỏ đi gần 500 cuốn sách mà cô dự định một ngày nào đó sẽ đọc, cô nhận thấy mình tiếp nhận được thông tin mới mỗi ngày. Và khi cô quẳng đi một đống danh thiếp, thì những người mà cô mong muốn được gặp bắt đầu gọi điện thoại cho cô và cô đã có thể gặp gỡ họ khá dễ dàng. Trái với tinh thần duy linh trước đó, giờ đây khi khóa học kết thúc, cô quả quyết nói rằng "Việc dọn dẹp hiệu quả hơn nhiều so với phong thủy hoặc những hòn đá năng lượng và những vật phẩm duy linh khác." Kể từ đó, cô đã có sự thay đổi nhanh chóng sang một cuộc sống mới, từ bỏ công việc cũ và tìm được nhà xuất bản cho cuốn sách của mình.

Việc dọn dẹp khiến cuộc sống của chúng ta thay đổi nhanh chóng. Điều này đúng với tất cả mọi người. Tác động của nó, mà tôi gọi là "sự kì diệu của việc dọn dẹp", thật phi thường. Thỉnh thoảng tôi có hỏi các khách hàng của mình về cuộc sống của họ đã thay đổi như thế nào sau khóa học. Mặc dù bây giờ đã quen với những câu trả lời của họ, nhưng ban đầu tôi rất ngạc nhiên. Cuộc sống của những người dọn dẹp kĩ lưỡng và triệt để, trong một lần duy nhất, đã biến chuyển mạnh mẽ và không có trường hợp ngoại lệ nào.

Người khách hàng ở trên vốn có cuộc sống rất bừa bộn. Khi mẹ cô ấy thấy phòng con gái không còn lộn xộn nữa, bà đã ấn tượng đến mức cũng đăng kí tham gia khóa học của tôi. Mặc dù bà tự tin mình là người gọn gàng, ngăn nắp nhưng sau khi xem phòng con gái, bà thấy mình vẫn chưa phải là người như vậy. Bà thích thú với việc loại bỏ tới mức bỏ bộ trà có giá 250 đô la mà không hề nuối tiếc.

"Trước đây tôi không tự tin. Tôi cứ suy nghĩ mãi về việc tôi cần thay đổi, tôi nên sống khác đi, nhưng giờ đây tôi có thể tin là mình đang sống tốt theo cách hiện tại. Nhờ việc đạt được một tiêu chuẩn rõ ràng mà thông qua đó tôi có thể đánh giá được mọi thứ, tôi đã trở nên tự tin hơn rất nhiều." Từ lời xác nhận của bà ấy, có thể thấy một trong những tác dụng kì diệu của việc dọn dẹp là khiến bạn trở nên tự tin trong việc ra quyết định. Dọn dẹp nghĩa là nắm mọi thứ trong tay, tự hỏi bản thân rằng nó có mang lại niềm vui không và quyết định dựa trên cơ sở của việc nên hay không nên giữ nó lại. Bằng cách lặp lại quá trình này hàng trăm hàng nghìn lần, về bản chất là chúng ta đang mài giũa kĩ năng ra quyết định của mình. Những người thiếu tự tin trong việc đánh giá thì cũng thiếu tự tin vào bản thân. Tôi cũng từng thiếu tự tin. Điều đã cứu rỗi tôi chính là việc dọn dẹp.

Giành được sự tự tin trong cuộc sống thông qua sự kì diệu của việc dọn dẹp

Tôi đã đi đến kết luận rằng niềm đam mê dọn dẹp của tôi đã được khích lệ bởi mong muốn được bố mẹ công nhận và một phức cảm liên quan tới mẹ của tôi. Là con thứ trong một gia đình có ba người con, tôi không còn được bố mẹ chú ý nhiều đến nữa kể từ sau khi lên 3 tuổi. Tất nhiên, đây không phải là chủ ý của bố mẹ tôi, mà là do tôi không chịu được tình trạng bị kẹt giữa người anh trai và cô em gái nhỏ nên đã sinh ra cảm giác này.

Tôi bắt đầu quan tâm tới việc nhà và việc dọn dẹp khi lên 5 tuổi và tôi tin là mình đang cố gắng theo cách riêng để không gây phiền hà cho bố mẹ vốn đã rất bận bịu với việc chăm sóc anh trai và em gái của tôi. Từ khi còn rất nhỏ, tôi đã ý thức được việc cần tránh bị phụ thuộc vào người khác. Và, tất nhiên, tôi muốn được bố mẹ khen ngợi và chú ý đến mình.

Từ thời còn học phổ thông, tôi đã dùng đồng hồ báo thức để có thể thức dậy trước mọi người. Tôi không thích ỷ lại vào người khác, thấy khó có thể tin tưởng họ và rất khó diễn tả được những cảm xúc của mình. Cho nên trong những giờ giải lao ở trường tôi thường ở một mình, thu dọn mọi thứ, và bạn có thể đoán ra tôi không phải là một đứa trẻ cởi mở cho lắm. Tôi thực sự thích dạo chơi một mình quanh trường học, và cho đến giờ tôi vẫn thích làm mọi thứ một mình, gồm cả việc đi du lịch và mua sắm. Đây là tính cách của tôi.

Vì không giỏi phát triển những mối quan hệ tin cậy với mọi người nên khi đó tôi không mấy khi có được sự gắn bó mật thiết với bất kì ai. Bây giờ nghĩ lại tôi thấy lí do chính xác là vì tôi đã không cảm thấy thoải mái trong việc bộc lộ những nhược điểm của mình hoặc bày tỏ cảm xúc thực của mình với người khác, thế nên căn phòng của tôi và mọi thứ trong đó trở thành rất quý giá với tôi. Tôi chẳng cần giả vờ hoặc giấu giếm điều gì khi đối diện với chúng. Đó là những điều hệ trọng và ngôi nhà của tôi đã dạy cho tôi biết rằng trước hết phải đề cao tình yêu vô điều kiện, chứ không phải bố mẹ hay bạn bè. Nói thật, cho đến giờ tôi vẫn chưa tự tin lắm. Có những lúc tôi cảm thấy buồn chán vì sự thiếu tự tin của mình.

Tuy nhiên, tôi lại rất tự tin trong môi trường của mình. Đối với những thứ mà tôi sở hữu, quần áo tôi mặc, ngôi nhà tôi ở và những người trong cuộc đời tôi, tất thảy những gì làm nên môi trường sống của tôi, tuy nó cũng không đặc biệt hơn so với bất kì ai.

Tôi luôn tự tin và cực kì thoải mái vì được bao quanh bởi những điều mà tôi yêu mến, cả con người và đồ vật, từng thứ một và tất cả, đều đặc biệt, quý giá và vô cùng mến yêu. Những đồ vật và con người đó mang lại cho tôi niềm vui, sự trợ giúp mỗi ngày, trao cho tôi sự tự tin là mọi chuyện với tôi đều sẽ tốt đẹp. Tôi muốn giúp đỡ những người cũng từng có cảm giác như tôi, những người thiếu tự tin và thấy khó mở lòng trước người khác, để thấy họ nhận được sự hỗ trợ nhiều thế nào từ chính không gian sống của mình và từ những thứ xung quanh. Do đó, tôi dành thời gian tới thăm nhà của mọi người và hướng dẫn họ cách dọn dẹp nhà cửa.

Sự gắn kết với quá khứ hay sự lo lắng về tương lai

"Hãy từ bỏ bất cứ thứ gì không mang lại niềm vui." Nếu cố gắng thực hành phương pháp này dù chỉ một chút thôi, thì bạn sẽ nhận ra rằng xác định được thứ mang lại cho bạn niềm vui không hề khó. Thời điểm bạn chạm vào nó, bạn sẽ biết ngay câu trả lời. Việc quyết định bỏ đi thứ gì sẽ khó khăn hơn nhiều. Chúng ta đã khám phá ra tất cả những lí do để không từ bỏ, chẳng hạn "Cả năm nay tôi đã không dùng đến chiếc bình này, nhưng ai biết được chứ, có thể lúc nào đó tôi lại cần đến nó..." hoặc "Đó là chiếc vòng cổ mà bạn trai tặng cho tôi, khi ấy tôi đã thực sự thích nó..." Nhưng khi chúng ta thực sự tìm hiểu sâu về những lí do khiến chúng ta không thể từ bỏ thứ gì đó, thì chỉ có hai lí do: sự gắn kết với quá khứ hoặc nỗi lo sợ về tương lai.

Trong quá trình lựa chọn, nếu bạn xét thấy thứ gì đó không mang lại niềm vui nhưng bạn lại không thể tự mình vứt nó đi, hãy dừng lại một chốc và tự hỏi: "Có phải tôi đang gặp vấn đề với việc từ bỏ thứ này là do gắn kết với quá khứ hay vì lo sợ cho tương lai?" Hãy tự hỏi như vậy với mỗi vật mà bạn thấy khó từ bỏ. Khi làm thế, bạn sẽ bắt đầu nhận thấy một mô thức trong sự sở hữu của bạn với mọi thứ. Mô thức này có thể chia thành ba loại: gắn kết với quá khứ, mong muốn có được ổn định trong tương lai hoặc kết hợp của cả hai loại trên. Hiểu được mô thức sở hữu của bạn là điều có ý nghĩa quan trọng vì nó thể hiện những giá trị đang dẫn dắt cuộc sống của bạn. Câu hỏi về thứ mà bạn muốn sở hữu thực sự chính là câu hỏi về việc bạn muốn sống như thế nào. Sự gắn kết với quá khứ và những nỗi lo sợ liên quan tới tương lai chi phối không chỉ cách mà bạn lựa chọn vật sở hữu mà còn thể hiện những tiêu chí mà bạn dựa vào để đưa ra những lựa chọn trong mọi khía cạnh của cuộc sống, bao gồm cả những mối quan hệ với người khác và công việc của bạn.

Ví dụ, khi một người phụ nữ rất lo lắng về tương lai lựa chọn người đàn ông cho mình, cô ấy ít có khả năng lựa chọn mà chỉ thuần túy dựa trên việc cô ấy thích và muốn được ở bên anh ta. Cô ấy có thể lựa chọn ai đó đơn giản chỉ vì mối quan hệ này dường như có lợi cho cô hoặc vì cô ấy sợ rằng nếu không chọn anh ta, cô ấy có thể chẳng tìm được người đàn ông nào khác. Trước những lựa chọn về nghề nghiệp, kiểu người tương tự sẽ có nhiều khả năng lựa chọn công việc ở một công ty lớn bởi vì nó mang lại cho ấy nhiều lựa chọn hơn trong tương lai hoặc công việc đó sẽ đảm bảo có được những phẩm chất chuyên môn chắc chắn hơn là bởi vì cô ấy thực sự thích và muốn làm công việc đó. Mặt khác, một người có sự gắn bó mạnh mẽ với quá khứ sẽ gặp khó khăn trong việc tiến triển một mối quan hệ mới vì cô ấy không thể quên được người bạn trai đã chia tay từ hai năm trước. Cô ấy cũng thấy khó có thể thử những phương pháp mới thậm chí cho dù phương pháp hiện tại không còn hữu hiệu nữa.

Khi mô thức suy nghĩ này hay mô thức suy nghĩ khác khiến việc từ bỏ thứ gì đó trở nên khó khăn, chúng ta sẽ không thể nhận ra được điều mà chúng ta cần ngay lúc này là gì. Chúng ta không dám chắc rằng nó có khiến cho chúng ta thỏa mãn hay không hoặc không chắc chắn về điều mà chúng ta đang tìm kiếm. Kết quả là, chúng ta gia tăng số lượng những vật sở hữu không cần thiết, khiến bản thân đắm chìm cả thể chất lẫn tinh thần vào những thứ vô dụng. Cách tốt nhất để tìm ra thứ mà chúng ta thực sự cần đó là từ bỏ những thứ mà chúng ta không cần. Việc tìm kiếm ở những nơi xa xôi hoặc những cuộc mua sắm tưng bừng không còn cần thiết nữa. Tất cả những gì bạn phải làm là loại bỏ những thứ bạn không cần bằng cách đối mặt với từng vật mà bạn sở hữu.

Quá trình đối mặt và lựa chọn giữ hay bỏ những vật mà chúng ta sở hữu có thể diễn ra khá khổ sở. Nó buộc chúng ta phải đương đầu với những điều chưa hoàn hảo cũng như những nhược điểm và cả những lựa chọn ngốc nghếch của chúng ta trong quá khứ. Nhiều lần phải đối diện với quá khứ trong quá trình quá trình dọn dẹp, tôi đã cảm thấy rất hổ thẹn. Bộ sưu tập tẩy có mùi thơm của tôi từ thời tiểu học; những món đồ liên quan đến phim hoạt hình mà tôi sưu tầm khi học phổ thông, những trang phục tôi đã mua thời trung học khi tôi cố thể hiện mình đã trưởng thành nhưng không phù hợp với tôi một chút nào, những chiếc túi xách tôi đã mua dẫu cho không cần đến chúng mà chỉ bởi tôi thích vẻ ngoài của chúng ở trong cửa hiệu. Những thứ chúng ta sở hữu là có thực. Chúng tồn tại ở đây và lúc này như là kết quả của những lựa chọn trong quá khứ của không ai khác ngoài chúng ta. Chúng ta sẽ sai lầm nếu phớt lờ chúng hoặc loại bỏ chúng một cách cẩu thả như thể để phủ nhận những lựa chọn trước đây của chính mình. Do đó tôi phản đối việc tích trữ hàng đống lẫn việc vứt bỏ vật dụng mà không cân nhắc kĩ càng. Chỉ khi đối mặt với từng vật dụng mà chúng ta sở hữu và trải nghiệm những cảm xúc mà chúng gợi ra, chúng ta mới có thể đánh giá chính xác mối quan hệ của chúng ta với chúng.

Chúng ta có thể áp dụng ba phương pháp đối với những vật sở hữu của mình. Đó là hãy đối mặt với chúng ngay bây giờ hoặc tránh né chúng cho đến ngày chúng ta qua đời. Lựa chọn phương pháp nào tùy thuộc vào chúng ta. Nhưng cá nhân tôi tin rằng cách tốt nhất là đối mặt với chúng ngay bây giờ. Nếu chúng ta thành thật thừa nhận sự gắn kết với quá khứ và những nỗi lo sợ cho tương lai mỗi khi nhìn vào những thứ mà mình sở hữu thì chúng ta sẽ có thể nhận ra điều gì thực sự quan trọng đối với chúng ta. Đến lượt mình, quá trình này sẽ giúp chúng ta xác định được những giá trị của bản thân và giảm bớt những hoài nghi và bối rối khi phải đưa ra những quyết định quan trọng trong cuộc sống. Nếu chúng ta có thể tự tin ra quyết định và hào hứng hành động không một chút hoài nghi thì chúng ta có thể đạt được nhiều thành quả hơn. Nói cách khác, chúng ta càng sớm đối mặt với những vật sở hữu của mình bao nhiêu càng tốt bấy nhiêu. Nếu bạn quyết định dọn dẹp nhà cửa thì hãy làm ngay từ bây giờ.

Biết rằng bạn có thể làm bất kì điều gì

Ngay khi người ta thực sự bắt tay vào việc dọn dẹp, họ sản sinh ra hết túi rác này đến túi rác khác. Tôi đã nghe nhiều người trong số các học viên tham gia các khóa học của tôi nói về việc họ đã quẳng đi bao nhiêu túi rác hoặc những điều gì đã xảy ra trong nhà của họ. Số lượng túi rác kỉ lục thuộc về một cặp vợ chồng: họ đã quẳng đi 200 túi rác cộng với 10 đồ vật quá lớn, không cho vừa vào túi. Phần lớn mọi người đều cười khi nghe chuyện này và hình dung ra việc cặp vợ chồng đó có lẽ phải sở hữu một căn nhà rất lớn với nhiều phòng chứa đồ, nhưng họ đều sai. Cặp vợ chồng đó sống trong một căn nhà hai tầng có 4 phòng. Diện tích mặt sàn của căn nhà chỉ nhỉnh hơn một chút so với các căn nhà Nhật Bản phổ biến khác vì nó còn có một phòng gác mái, nhưng sự khác biệt về không gian không phải là quá lớn. Mặc dù có vẻ nhà của họ không có nhiều vật dụng, nhưng nhìn kĩ sẽ thấy có nhiều thứ đồ không cần thiết. Nói cách khác, bất cứ ngôi nhà nào cũng có tiềm năng sản sinh khối lượng túi rác lớn tương tự.

Khi giúp các khách hàng sắp xếp và loại bỏ vật dụng, tôi không làm kiểu nửa vời. Trung bình một người sẽ bỏ đi từ 20 cho đến 30 túi rác dung tích 45 lít và đối với một gia đình có ba người thì con số này là gần 70 túi. Tổng số vật dụng mà các khách hàng của tôi đã bỏ đi vượt quá 28.000 túi và số lượng đồ dùng cá nhân đã bị loại bỏ chắc phải lên đến hơn 1 triệu. Cho dù đã giảm triệt để những vật sở hữu nhưng không ai từng phàn nàn với tôi là họ gặp rắc rối vì tôi đã bảo họ vứt bớt đồ đi. Lí do thật rõ ràng: việc loại bỏ những thứ không mang lại niềm vui không hề gây ra bất kì tác hại nào. Khi kết thúc việc dọn dẹp, tất cả các khách hàng của tôi đều ngạc nhiên về việc không thấy phát sinh bất tiện nào trong cuộc sống hàng ngày. Đây là sự nhắc nhở mạnh mẽ vì trước đây họ đã sống với đầy những thứ không cần thiết xung quanh. Không có ngoại lệ nào hết. Thậm chí những khách hàng chỉ còn chưa đến 15 vật sở hữu sau khi dọn dẹp xong cũng cảm thấy như vậy.

Tất nhiên, không phải là tôi đang nói rằng các khách hàng của mình không hề cảm thấy nuối tiếc khi phải từ bỏ thứ gì đó. Còn lâu mới được như thế. Vì vậy, bạn nên mong đợi là điều này sẽ xảy ra ít nhất ba lần trong quá trình dọn dẹp, nhưng cũng không cần lo lắng làm gì. Thậm chí cho dù các khách hàng của tôi có nuối tiếc khi phải từ bỏ thứ gì đó nhưng họ chưa hề cất tiếng phàn nàn. Họ đã học được bằng kinh nghiệm rằng bất kì vấn đề nào xảy ra do thiếu hụt thứ gì đó đều có thể giải quyết bằng hành động. Khi các khách hàng của tôi kể về kinh nghiệm vứt bỏ những thứ mà họ không nên có, tất cả đều hết sức vui vẻ. Hầu hết họ đều cười và nói: "Có lúc tôi nghĩ mình gặp rắc rối rồi đây, thế rồi tôi nhận ra là nó chẳng hề ảnh hưởng gì đến cuộc sống của tôi cả." Thái độ này không bắt nguồn từ một cá tính lạc quan, cũng không có nghĩa là họ đã trở nên cẩu thả trước việc để mất một thứ gì đó. Thay vào đó, nó cho thấy là bằng việc chọn ra thứ gì đó để bỏ đi, họ đã thay đổi được quan niệm cũ của mình.

Ví dụ, chuyện gì sẽ xảy ra nếu họ cần dùng đến nội dung trong một tài liệu mà họ đã vứt đi trước đó? Trước hết, vì họ đã giảm bớt số lượng tài liệu của mình nên họ có thể nhanh chóng khẳng định rằng họ không còn tài liệu đó mà không phải mất công tìm kiếm. Việc họ không cần phải tìm kiếm thực sự là một liều thuốc giảm căng thẳng vô giá. Một trong những lí do khiến sự lộn xộn giày vò chúng ta là vì chúng ta phải tìm kiếm thứ gì đó và rồi phát hiện ra là nó vẫn ở đó, và đã có nhiều lần dù trong ta cố công đến cỡ nào thì cũng không thể tìm thấy thứ mà chúng ta đang tìm kiếm. Khi giảm bớt số lượng tài liệu mà chúng ta sở hữu và cất giữ chúng ở cùng một chỗ, chỉ nhìn thoáng qua là chúng ta có thể nói mình có tài liệu đó hay không. Nếu nó không còn, chúng ta có thể ngay lập tức chuyển sang phương hướng khác và bắt đầu suy nghĩ về việc cần làm gì. Chúng ta có thể hỏi ai đó mà chúng ta biết họ có tài liệu đó, gọi điện thoại đến công ty hoặc tự tìm kiếm thông tin. Ngay khi đã có giải pháp, chúng ta không lựa chọn nữa mà hành động. Và khi hành động, chúng ta ngạc nhiên khi thấy rằng vấn đề thường được giải quyết dễ dàng.

Thay vì căng thẳng do tìm kiếm mà không ra, chúng ta cần hành động và những hành động như thế thường dẫn tới những lợi ích ngoài trông đợi. Khi chúng ta tìm kiếm nội dung mong muốn ở chỗ khác, chúng ta có thể phát hiện ra những thông tin mới. Khi liên hệ với một người bạn, chúng ta có thể thắt chặt thêm mối quan hệ với họ hoặc họ có thể giới thiệu chúng ta với người thông thạo trong lĩnh vực đó. Những trải nghiệm lặp đi lặp lại như thế sẽ dạy cho chúng ta biết rằng nếu ta hành động, chúng ta sẽ có thể có được những thông tin cần thiết mỗi khi cần tới chúng. Cuộc sống trở nên dễ dàng hơn nhiều nếu bạn biết rằng mọi thứ vẫn hoạt động tốt ngay cả khi bạn đang thiếu thứ gì đó.

Còn một lí do nữa khiến các khách hàng của tôi không bao giờ phàn nàn về việc phải vứt bỏ vật dụng đi và đây chính là lí do quan trọng nhất. Vì phải xác định và từ bỏ những thứ mà họ không cần nên họ không còn thoái thác trách nhiệm ra quyết định cho những người khác. Khi xuất hiện vấn đề nào đó, họ không tìm kiếm nguyên nhân bên ngoài hay người nào đó để đổ lỗi. Giờ đây họ tự ra quyết định và ý thức được rằng việc cân nhắc những hành động phù hợp để xử lí bất kì tình huống nào là điều thực sự quan trọng. Lựa chọn và từ bỏ những vật sở hữu là một quá trình ra quyết định liên tục dựa trên những giá trị của cá nhân. Việc từ bỏ giúp cải thiện những kĩ năng ra quyết định. Không phải là lãng phí khi bỏ lỡ cơ hội phát triển năng lực này nếu như vẫn tiếp tục tích trữ vật dụng hay sao? Khi tới thăm nhà của các khách hàng, tôi không bao giờ vứt bất kì thứ gì đi. Tôi luôn để cho họ ra quyết định cuối cùng. Nếu tôi thay họ lựa chọn những thứ cần bỏ đi, vậy thì việc dọn dẹp sẽ chẳng còn ý nghĩa với họ nữa. Chính việc làm cho nhà của mình trở nên gọn gàng, ngăn nắp sẽ làm thay đổi quan niệm trước kia.

Bạn có chào hỏi nhà mình?

Điều đầu tiên tôi làm khi tới thăm nhà của khách hàng sẽ là chào hỏi ngôi nhà của họ. Tôi quỳ gối trên sàn chính giữa ngôi nhà và nói chuyện với nó bằng tâm trí. Sau khi giới thiệu ngắn gọn về bản thân, bao gồm họ tên, địa chỉ và nghề nghiệp, tôi đề nghị ngôi nhà giúp đỡ để tạo ra một không gian sống hạnh phúc hơn cho gia đình của gia chủ. Sau đó tôi cúi đầu chào. Đó là một nghi lễ thầm lặng chỉ mất khoảng 2 phút nhưng khiến vài khách hàng nhìn tôi bằng ánh mắt lạ kì.

Tôi bắt đầu thực hiện thói quen này khá tự nhiên dựa trên nghi thức thờ cúng trong các ngôi đền của đạo Shinto.[1] Tôi không nhớ chính xác mình làm việc này từ khi nào nhưng tôi tin rằng tôi đã được truyền cảm hứng để làm như vậy, vì nỗi mong chờ bồn chồn hiện hữu trong không gian khi một người khách hàng mở cửa đón tôi cũng giống như bầu không khí khi người ta bước qua cánh cổng của ngôi đền và tiến vào những khu vực thờ phụng bên trong. Bạn có thể nghĩ rằng nghi lễ này chỉ có tác dụng trấn an nhưng

---

[1] Đạo Shinto: hay còn gọi là Thần đạo, tôn giáo truyền thống của Nhật Bản. (ND)

tôi nhận thấy có sự khác biệt thực sự trong việc thúc đẩy việc dọn dẹp diễn ra nhanh chóng khi tôi thực hiện nghi lễ này.

Nhân đây cũng phải nói rằng tôi không mặc quần áo dài tay hoặc trang phục lao động khi dọn dẹp. Thay vào đó, tôi thường mặc váy và áo cộc tay. Mặc dù thỉnh thoảng có đeo tạp dề nhưng tôi vẫn ưu tiên những trang phục thiết thực hơn. Một vài khách hàng ngạc nhiên và lo lắng rằng tôi có thể làm hỏng quần áo của mình, nhưng tôi không hề gặp rắc rối nào khi phải dịch chuyển đồ đạc, leo lên quầy bếp và làm các công việc dọn dẹp khác trong khi ăn mặc như thế. Đây là cách mà tôi thể hiện sự tôn trọng ngôi nhà và những thứ bên trong. Tôi tin rằng việc dọn dẹp là một nghi lễ, một lễ tiễn đưa đặc biệt dành cho những đồ vật sẽ rời khỏi ngôi nhà, và do đó tôi cần mặc trang phục phù hợp. Tôi tự tin là khi tôi thể hiện sự tôn trọng bằng cách chọn trang phục để mặc và bắt đầu công việc dọn dẹp bằng việc chào hỏi ngôi nhà, đến lượt mình, ngôi nhà sẽ vui vẻ nói với tôi về những thứ mà gia đình sống trong nó không còn cần đến nữa và chỗ phù hợp để cất giữ những thứ còn lại, nhờ đó gia đình này có thể cảm thấy thoải mái và hạnh phúc trong không gian này. Thái độ này sẽ giúp rút ngắn thời gian dọn dẹp và cất giữ, đồng thời xóa bỏ sự hoài nghi trong toàn bộ quá trình dọn dẹp, khiến mọi việc diễn ra suôn sẻ hơn nhiều.

Có lẽ bạn không tin là mình có thể làm được điều này. Có lẽ bạn nghĩ phải là người chuyên nghiệp như tôi mới có thể lắng nghe được điều mà ngôi nhà muốn nói. Tuy nhiên, gia chủ là người hiểu rõ nhất về các vật sở hữu và ngôi nhà của họ. Khi tiến bộ dần thông qua những bài học, các khách hàng của tôi bắt đầu nhận thấy rõ họ cần bỏ thứ gì và chỗ cất giữ hợp lí nhất cho các vật dụng, và công việc dọn dẹp sẽ tiến triển suôn sẻ và nhanh chóng. Chiến lược đúng đắn có thể giúp bạn nhanh chóng cải thiện được cảm nhận về thứ bạn cần và chỗ cất giữ phù hợp đó là: chào hỏi ngôi nhà mỗi khi bạn về đến nhà. Trong những bài học của tôi, đây là bài làm về nhà đầu tiên mà tôi giao cho khách hàng. Như thể bạn chào hỏi gia đình hoặc thú cưng của mình, hãy nói: "Xin chào! Tôi về nhà rồi" với ngôi nhà khi bạn trở về. Nếu bạn quên chào hỏi khi đã bước qua cửa thì sau đó, lúc nhớ ra, bạn hãy nói: "Cảm ơn bạn vì đã cho tôi chỗ ở." Nếu bạn cảm thấy xấu hổ hoặc bối rối không thể nói to những điều như thế thì nói thầm cũng được.

Nếu lặp đi lặp lại việc này, bạn sẽ bắt đầu cảm thấy ngôi nhà của mình đáp lại khi bạn trở về nhà. Bạn sẽ cảm nhận được sự hài lòng của nó. Và rồi bạn dần dần cảm nhận được là nó muốn bạn dọn dẹp ở đầu và cất giữ vật dụng ở đâu. Hãy trò chuyện với ngôi nhà trong lúc dọn dẹp. Tôi biết điều này nghe có vẻ phi thực tế nhưng nếu bạn phớt lờ bước này, bạn sẽ thấy việc dọn dẹp sẽ ít suôn sẻ hơn.

Về cơ bản, việc dọn dẹp là hành động khôi phục sự cân bằng giữa con người, các vật sở hữu và ngôi nhà của họ. Tuy nhiên, những phương pháp dọn dẹp thông thường có xu hướng chỉ tập trung vào mối quan hệ giữa con người và các vật mà họ sở hữu mà không chú ý tới nơi trú ngụ của họ. Song, tôi ý thức sâu sắc về vai trò quan trọng của ngôi nhà vì bất cứ khi nào tới thăm nhà của khách hàng, tôi đều có thể cảm nhận được nó yêu quý những người sống trong nó đến mức nào. Nó luôn ở đó, đợi chờ khách hàng của tôi trở về và luôn sẵn sàng che chở, bảo vệ họ. Cho dù mệt mỏi đến thế nào sau cả ngày dài làm việc, nó vẫn ở đó để hồi phục sinh lực cho khách hàng của tôi. Khi họ không còn thích làm việc và dạo quanh trong nhà với trang phục "lúc mới lọt lòng", ngôi nhà vẫn chấp nhận họ giống như mọi khi. Bạn sẽ không thể tìm đâu ra một người hào phóng hoặc dễ mến như thế. Việc dọn dẹp là cơ hội để chúng ta bày tỏ sự cảm kích đối với ngôi nhà của mình vì tất cả những gì mà nó đã làm cho chúng ta.

Để kiểm tra lí thuyết của tôi, bạn hãy bắt tay vào dọn dẹp nhà cửa với quan điểm là việc làm này sẽ khiến ngôi nhà hạnh phúc. Bạn sẽ ngạc nhiên khi thấy quá trình ra quyết định sẽ diễn ra suôn sẻ như thế nào.

Những vật sở hữu chỉ muốn giúp bạn mà thôi

Tôi đã dành hơn nửa đời mình để suy nghĩ về việc dọn dẹp. Tôi tới thăm nhà mọi người hàng ngày và dành thời gian để đối diện với những vật sở hữu của họ. Tôi không cho là có nghề nghiệp nào khác có thể giúp tôi thấy mọi thứ mà người khác sở hữu hoặc cho phép tôi có thể kiểm tra tủ đồ và ngăn kéo của người khác. Tuy đã đến thăm nhiều ngôi nhà nhưng tôi thấy là về bản chất, không có những vật sở hữu hoặc cách sắp xếp nhà cửa nào lại giống hệt nhau. Nhưng tất cả những vật sở hữu đều có một đặc điểm chung. Hãy suy nghĩ về lí do tại sao bạn lại có những vật sở hữu đó. Nếu bạn trả lời "vì tôi chọn chúng" hoặc "vì tôi cần chúng" hoặc "vì có những sự trùng hợp ngẫu nhiên", tất cả các câu trả lời trên đều đúng. Nhưng trong mọi trường hợp, tất cả các vật mà bạn sở hữu đều có chung niềm khao khát là chúng sẽ hữu dụng cho bạn. Tôi có thể dám chắc điều này vì trong suốt sự nghiệp của mình, tôi đã kiểm nghiệm kĩ càng hàng trăm nghìn vật sở hữu.

Khi kiểm tra kĩ càng, số phận sẽ gắn chúng ta với những vật sở hữu đến mức đáng kinh ngạc. Hãy lấy một chiếc áo sơ mi làm ví dụ. Thậm chí cho dù là sản phẩm được sản xuất hàng loạt trong nhà máy thì chiếc áo sơ mi mà bạn đã mua và mang về nhà vào một ngày cụ thể vẫn sẽ là chiếc áo độc nhất đối với bạn. Định mệnh dẫn dắt chúng ta đến với mỗi vật mà ta sở hữu là điều quý giá và thiêng liêng giống như định mệnh đã kết nối chúng ta với những người trong cuộc sống của mình. Đó là lí do giải thích cho cách từng vật sở hữu đến với chúng ta. Khi tôi chia sẻ quan điểm này, vài người nói: "Từ lâu tôi đã xao lãng trang phục này đến mức nó nhàu hết cả rồi. Hẳn là nó thấy hơi phẫn nộ với tôi đấy," hoặc "nếu tôi không dùng nó, nó sẽ nguyền rủa tôi." Nhưng với kinh nghiệm của mình, tôi chưa bao giờ thấy bất kì vật sở hữu nào chỉ trích người chủ của nó. Những suy nghĩ kiểu đó chỉ bắt nguồn từ cảm giác có lỗi của chính chủ nhân, chứ không phải từ những vật sở hữu. Vậy thì những vật dụng trong nhà thực sự cảm thấy thế nào khi chúng không mang lại niềm vui cho bạn? Tôi nghĩ rằng đơn giản là chúng muốn bỏ đi. Nằm yên trong quên lãng trong tủ đồ của bạn, chúng biết rõ hơn bất kì ai khác là giờ đây chúng không còn mang lại niềm vui cho bạn nữa.

Mọi thứ mà bạn sở hữu đều mong muốn sẽ hữu dụng cho bạn. Thậm chí nếu bạn vứt bỏ hoặc đốt chúng thì điều còn lại vẫn là năng lượng của sự mong muốn được phục vụ của chúng. Được giải phóng khỏi hình thức vật chất của mình, chúng sẽ bước vào thế giới của bạn như một thứ năng lượng, để cho những vật dụng khác biết rằng bạn là một người đặc biệt, và sẽ trở lại với bạn như một trong những thứ hữu dụng nhất cho con người bạn lúc này, như là thứ sẽ mang lại cho bạn cảm giác hạnh phúc nhất. Một trang phục nào đó có thể quay trở về dưới hình thức một trang phục mới và đẹp đẽ, hoặc nó có thể tái hiện dưới dạng những thông tin hoặc một mối liên hệ mới. Tôi cam kết với bạn: bất cứ thứ gì bạn cho đi sẽ quay trở về với đúng số lượng như trước, nhưng chỉ khi nó cảm thấy nỗi khao khát muốn trở về với bạn. Vì lí do này, khi bạn từ bỏ thứ gì đó, đừng ra hiệu và bảo "Ồ, tôi không bao giờ sử dụng thứ này" hoặc "Tiếc là tao chưa bao giờ có dịp dùng đến mày." Thay vào đó, hãy vui vẻ bỏ nó đi với những lời lẽ như "Cảm ơn bạn đã tìm đến tôi" hoặc "Lên đường vui vẻ nhé. Hẹn sớm gặp lại!"

Hãy từ bỏ những thứ không còn mang lại niềm vui. Hãy biến công việc loại bỏ của bạn trở thành một nghi lễ để đưa tiễn chúng vào một hành trình mới. Hãy cùng chúng kỉ niệm dịp này. Tôi tin tưởng rằng nếu bạn làm như thế thì vào lúc bạn để chúng đi, những vật sở hữu của bạn sẽ cảm thấy vui vẻ và xúc động hơn cả khi lần đầu tiên bạn có chúng.

Không gian sống tác động tới cơ thể

Trong quá trình dọn dẹp nhà cửa, nhiều khách hàng của tôi nhận xét là họ đã giảm cân. Đây là hiện tượng rất kì lạ nhưng khi chúng ta loại bỏ bớt những thứ mà chúng ta sở hữu và "khử độc" cơ bản cho ngôi nhà của mình, thì nó cũng có tác dụng khử độc cho cơ thể chúng ta.

Khi chúng ta từ bỏ mọi thứ chỉ trong một lần duy nhất, thỉnh thoảng điều này có nghĩa là sẽ vứt đi 40 túi rác trong một ngày, lúc đó cơ thể của chúng ta sẽ đáp lại với tốc độ nhanh tương ứng. Chúng ta có thể bị tiêu chảy hoặc nổi mụn ở một số chỗ. Không có vấn đề gì với chuyện này cả. Chẳng qua là cơ thể của chúng ta chỉ đang thải ra những chất độc đã tích tụ bao năm qua và chúng ta sẽ trở lại bình thường, hoặc thực tế là thậm chí với tình hình còn tốt hơn chỉ trong vòng từ một đến hai ngày. Một trong số các khách hàng của tôi đã dọn sạch một chiếc tủ đồ và bỏ đi những thứ mà cô ấy đã bỏ mặc suốt 10 năm qua. Ngay sau đó, cô ấy bị một đợt tiêu chảy nặng, thế nhưng cô ấy cảm thấy cơ thể mình nhẹ nhõm đi nhiều. Tôi biết điều này nghe có vẻ là một cách quảng cáo sai lầm khi khẳng định rằng bạn có thể giảm cân bằng việc dọn dẹp hoặc việc dọn dẹp sẽ khiến da dẻ của bạn sáng đẹp hơn, nhưng không phải là không đúng sự thực. Không may là, tôi không thể cho bạn xem ảnh các khách hàng của tôi trước và sau khi dọn dẹp, nhưng tôi đã chứng kiến tận mắt vẻ ngoài của họ thay đổi như thế nào khi các căn phòng trở nên ngăn nắp. Thân thể họ thon gọn hơn, da dẻ họ tươi sáng hơn và đôi mắt họ rạng ngời hơn.

Khi lần đầu tiên bắt gặp chuyện này, tôi thấy khá thích thú. Nhưng khi suy nghĩ thật kĩ, tôi nhận ra nó chẳng có gì là kì lạ cả. Tôi nghĩ thế này: khi chúng ta dọn dẹp nhà cửa, không khí trong nhà trở nên tươi mới và sạch sẽ. Giảm số lượng vật dụng trong không gian của chúng ta đồng nghĩa với việc giảm số lượng bụi bặm, và chúng ta thường xuyên được sạch sẽ hơn. Lúc đó, khi nhìn xuống sàn, chúng ta có thể thấy rác bẩn bám lại và chúng ta muốn lau dọn chúng đi. Vì tình trạng bừa bộn không còn nữa nên việc lau dọn sẽ dễ dàng hơn nhiều, và do đó chúng ta sẽ lau dọn được kĩ càng hơn. Không khí trong phòng tươi mới hơn chắc chắn có lợi cho da. Việc dọn vệ sinh có liên quan tới sự lưu chuyển năng lượng, và một cách tự nhiên sẽ góp phần vào việc giảm cân và giữ gìn dáng vóc. Và khi không gian hoàn toàn sạch sẽ, chúng ta không phải lo lắng về việc dọn dẹp nữa, nhờ đó được rảnh rang để tập trung vào vấn đề tiếp theo có ý nghĩa quan trọng với đời sống của chúng ta. Nhiều người muốn được mảnh mai và cân đối, và điều này trở thành vấn đề trọng tâm tiếp theo của họ. Họ bắt đầu đi bộ trên quãng đường dài hơn và ăn ít đi, và các hành động này góp phần vào việc giảm cân mà không cần phải chú ý tới việc ăn kiêng.

Nhưng tôi nghĩ lí do chính khiến việc dọn dẹp có được tác dụng này là vì thông qua quá trình dọn dẹp, người ta đã đạt tới trạng thái biết thế nào là đủ. Sau khi dọn dẹp, nhiều khách hàng nói với tôi rằng những ham muốn trần tục của họ đã giảm đi. Trong khi đó trước đây dù đã có bao nhiêu quần áo, họ cũng không bao giờ cảm thấy thỏa mãn và luôn muốn mặc những bộ quần áo mới. Thế nhưng khi phải lựa chọn và chỉ giữ lại những gì mà họ thực sự yêu thích, họ cảm thấy rằng chúng là tất cả những gì mà họ cần.

Chúng ta tích lũy mọi thứ vật chất với cùng một lí do như khi chúng ta ăn - nhằm thỏa mãn cơn đói. Mua sắm quá mức và ăn uống quá nhiều đều là những nỗ lực để làm dịu căng thẳng. Thông qua việc quan sát các khách hàng, tôi nhận thấy rằng khi họ từ bỏ những trang phục dư thừa, bụng của họ có xu hướng nhỏ lại; khi họ bỏ bớt sách và tài liệu, trí óc của họ có xu hướng trở nên thông thoáng hơn; khi họ giảm bớt số lượng mỹ phẩm và dọn dẹp khu vực quanh bồn rửa bát và bồn tắm, làn da của họ có xu hướng trở nên sáng hơn và da dẻ mịn màng. Mặc dù tôi không có cơ sở khoa học nào để chứng minh cho lí thuyết này nhưng thật là thú vị khi thấy một bộ phận của cơ thể đáp lại tương ứng với khu vực được dọn dẹp. Không phải là kì diệu hay sao khi việc dọn dẹp nhà cửa cũng có thể tôn thêm nhan sắc của bạn và góp phần làm cho cơ thể trở nên mạnh khỏe, thon thả hơn?

Dọn dẹp làm gia tăng vận may

Do sự phổ biến của phong thủy, người ta thường hỏi tôi là liệu việc dọn dẹp có mang lại cho họ vận may hay không. Phong thủy là phương pháp nhằm gia tăng vận may cho ai đó bằng cách sắp xếp môi trường sống của họ. 15 năm trước nó bắt đầu phổ biến ở Nhật và bây giờ đã khá nổi tiếng. Đối với nhiều người, phong thủy là điều đầu tiên mà họ quan tâm khi sắp xếp và dọn dẹp nhà cửa. Tôi không phải là chuyên gia phong thủy nhưng tôi đã tìm hiểu những nguyên tắc căn bản của nó như là một phần trong nghiên cứu của mình về công việc dọn dẹp. Dù bạn có tin là nó có thể cải thiện vận mệnh tương lai của mình hay không thì từ thời cổ đại cho tới nay, người dân Nhật Bản vẫn đang áp dụng những kiến thức về phong thủy và các nguyên tắc về phương hướng của nó vào đời sống hàng ngày. Ví dụ khi tôi gập và xếp quần áo vào mép ngăn kéo, tôi sắp xếp chúng theo màu sắc chuyển từ sẫm màu sang sáng màu. Trật tự chính xác sẽ là xếp quần áo có màu sáng hơn ở phía đầu ngăn kéo và quần áo sẫm màu dần về phía cuối ngăn. Tôi không biết là điều này có làm tăng thêm vận may hay không nhưng nếu quần áo được sắp xếp chuyển dần theo gam màu thì lúc mở ngăn kéo, bạn sẽ cảm thấy rất tuyệt khi nhìn thấy chúng. Vì nguyên nhân nào đó, việc xếp quần áo sáng màu hơn ở đầu ngăn kéo dường như mang lại một hiệu ứng êm dịu. Nếu bạn sắp xếp môi trường sống của mình sao cho thật thoải mái và nhờ thế hàng ngày bạn đều cảm thấy tràn đầy năng lượng và niềm vui, vậy thì vận may có gia tăng hay không?

Những khái niệm nền tảng của phong thủy chính là âm - dương và ngũ hành (kim, mộc, thủy, hỏa, thổ). Niềm tin căn bản là ở chỗ cho rằng mọi vật đều có năng lượng và mỗi vật nên được sắp đặt theo cách phù hợp với đặc tính của nó. Với tôi, điều này dường như hết sức tự nhiên. Triết lí của phong thủy thực sự là về việc sống hài hòa với những qui luật của tự nhiên. Mục đích của phương pháp dọn dẹp của tôi hoàn toàn tương đồng. Tôi tin tưởng rằng mục đích thực sự của việc dọn dẹp là sống trong hoàn cảnh tự nhiên nhất có thể được. Bạn có nghĩ là sẽ trái tự nhiên nếu sở hữu những thứ không mang lại cho chúng ta niềm vui hoặc sở hữu những thứ mà chúng ta thực sự không cần đến chúng? Tôi tin rằng việc sở hữu chỉ những thứ mà chúng ta yêu thích và cần dùng là điều kiện tự nhiên nhất.

Bằng cách dọn dẹp nhà cửa, chúng ta có thể sống trong hoàn cảnh tự nhiên của mình. Chúng ta chọn những thứ mang lại niềm vui và coi trọng những thứ thực sự quý giá đối với cuộc sống của chúng ta. Không điều gì mang lại hạnh phúc lớn hơn là việc có thể làm điều gì đó một cách đơn giản và tự nhiên nhất. Nếu đây chính là vận may, thì tôi tin rằng việc dọn dẹp nhà cửa chính là cách tốt nhất để có được nó.

Cách xác định thứ thực sự quý giá

Sau khi một khách hàng kết thúc quá trình lựa chọn giữ lại cái gì và vứt bỏ cái gì, có những lúc tôi sẽ lấy ra vài thứ trong đống đồ "giữ lại" và hỏi họ một lần nữa: "Cái áo phông này, và cả cái áo len này nữa, chúng có thực sự khiến bạn vui thích hay không?"

Ngạc nhiên nhìn tôi, người khách hàng đó nói: "Sao chị lại biết? Đó chính là những thứ mà tôi không thể quyết định được là mình nên giữ lại hay bỏ đi."

Tôi không phải là chuyên gia thời trang, do đó tôi không lấy những thứ quần áo đó ra dựa trên việc chúng có lỗi mốt hay không. Tôi có thể nói như vậy là vì dựa trên biểu hiện của người khách hàng khi họ lựa chọn – cách họ cầm một vật, tia sáng trong mắt họ khi họ chạm vào nó và tốc độ ra quyết định của họ. Phản ứng của họ rõ ràng là khác nhau đối với những thứ họ thích và những thứ họ không chắc có thích hay không. Khi đối diện với những thứ mang lại niềm vui, họ thường quyết định ngay lập tức, họ chạm vào chúng dịu dàng và mắt họ sáng lên. Khi đối diện với những thứ không mang lại niềm vui, tay họ ngập ngừng, họ gõ vào trán và cau mày. Sau khi suy nghĩ chốc lát, họ có thể ném thứ đó vào đống đồ "giữ lại". Vào giây phút ấy, lông mày họ căng ra và môi mím lại. Niềm vui tự biểu hiện nó trên cơ thể và tôi không để lọt mất những dấu hiệu đó.

Tuy nhiên, thành thật mà nói, tôi thực sự có thể biết được những thứ không mang lại niềm vui cho khách hàng mà không cần quan sát họ trong quá trình lựa chọn vật dụng. Trước khi tới nhà họ, tôi giảng cho họ một bài học cá nhân về "Phương pháp dọn dẹp KonMari". Chỉ cần bài giảng này thôi cũng đã tạo ra tác động đặc biệt và thường là khi tôi tới thăm nhà họ lần đầu tiên thì họ cũng đang bắt tay vào dọn dẹp rồi.

Một trong những học viên ưu tú của tôi, một phụ nữ tuổi 30, đã bỏ đi 50 túi rác đúng vào lúc tôi đến nhà cô ấy. Cô ấy tự hào mở các ngăn kéo và tủ đồ rồi nói: "Ở đây chẳng còn thứ gì cần bỏ đi thêm nữa!" Phòng của cô ấy chắc chắn đã khác nhiều so với những bức ảnh chụp nó trước đó mà cô ấy đã cho tôi xem. Chiếc áo len dài tay từng bị vứt cẩu thả vào tủ quần áo thì giờ đây được cất gọn gàng, và những chiếc váy được treo lèn chặt trên giá áo thì nay đã có khoảng trống giữa chúng. Dù vậy, tôi vẫn lấy ra một chiếc áo vét nữ màu xám và một chiếc áo choàng màu be. Trông chúng không khác gì với những bộ quần áo mà cô ấy đã quyết định giữ lại. Cả hai chiếc áo vẫn còn tốt và trông chúng như đã được mặc rồi.

Tôi hỏi: "Những chiếc áo này có thực sự khiến bạn vui không?"

Sắc mặt cô ấy thay đổi nhanh chóng. "Chiếc áo vét ấy, cô biết không, tôi thích kiểu dáng của nó, nhưng tôi thực sự muốn có một chiếc màu đen. Họ không có chiếc nào màu đen có cỡ của tôi... Vì không có chiếc áo vét xám nào nên tôi nghĩ là mình sẽ mua nó, nhưng cuối cùng dường như nó lại không phù hợp với tôi và tôi chỉ mặc nó vài lần."

"Còn về chiếc áo khoác, tôi thực sự bị kiểu dáng và chất liệu của nó hấp dẫn, vì thế cuối cùng tôi đã mua hai chiếc. Tôi mặc chiếc đầu tiên cho tới khi không thể mặc được nữa, nhưng rồi vì lí do nào đó khiến tôi dường như không muốn mặc nó nữa."

Tôi chưa bao giờ chứng kiến cô ấy đối xử với những chiếc áo đó như thế nào, tôi cũng không biết chút gì về hoàn cảnh khi cô ấy mua chúng. Tất cả những gì tôi làm chỉ là quan sát cẩn thận những trang phục được treo trong tủ quần áo. Khi kiểm tra kĩ, bạn có thể bắt đầu nhận thức được những thứ đó có mang lại niềm vui cho chủ nhân của chúng hay không. Khi một phụ nữ đang yêu, sự thay đổi của cô ấy lộ ra bên ngoài trước mắt những người xung quanh. Tình yêu mà cô nhận được từ người đàn ông của mình, sự tự tin mà tình yêu mang lại cho cô ấy và sự khao khát của cô ấy để cố gắng trông xinh đẹp trong mắt anh ta, tất cả những điều đó mang đến năng lượng cho cô. Làn da tươi sáng, ánh mắt rạng rỡ và cô ấy trở nên xinh đẹp hơn. Tương tự, những vật dụng được chủ nhân yêu thích và chăm sóc sẽ rung động và tỏa ra sự mong muốn được phục vụ nhiều hơn cho người chủ của mình. Chúng phát ra ánh sáng yêu thương. Cho nên tôi có thể nhìn thoáng qua là biết thứ gì thực sự mang đến niềm vui. Cảm xúc vui vẻ đích thực cư ngụ trong cơ thể và trong những vật sở hữu của chủ nhân, do đó nó không thể che giấu được.

Hạnh phúc khi những thứ xung quanh mang lại niềm vui

Mọi người ai cũng có những thứ mà họ yêu thích, những thứ mà họ không thể hình dung ra việc phải từ bỏ chúng, thậm chí cho dù những người khác có lắc đầu ngán ngẩm khi trông thấy chúng. Hàng ngày tôi được nhìn thấy những thứ mà người khác coi là quý giá và bạn sẽ kinh ngạc khi thấy những thứ khó hiểu và kì lạ đã chiếm trọn trái tim của họ - một bộ 10 con rối ngón tay, mỗi con chỉ có một mắt và các mắt đều khác nhau, một chiếc đồng hồ báo thức hình nhân vật hoạt hình đã hỏng, một bộ sưu tập gỗ lũa trông chẳng khác nào một đống gỗ vụn. Nhưng trước sự do dự của tôi: "Thứ này... ừm... có thực sự mang lại niềm vui không?", thì câu trả lời ngay lập tức của họ sẽ là nhấn mạnh rằng "Có chứ!" Không thể tranh luận trước ánh mắt sáng ngời đầy tự tin của họ bởi vì chính tôi cũng có một thứ như vậy: chiếc áo phông có in hình nhân vật Kiccoro.

Kiccoro (Đứa bé rừng xanh) là một trong hai nhân vật biểu trưng chính thức cho Hội chợ thương mại quốc tế (EXPO) diễn ra tại Aichi, Nhật Bản vào năm 2005, có ý nghĩa thúc đẩy tình yêu đối với trái đất và công nghệ sinh học, tái chế thân thiện với môi trường. Trong hai nhân vật biểu trưng, Morizo lớn hơn nên có lẽ trở nên nổi tiếng hơn. Kiccoro – bạn tri kỉ của Morizo – là nhân vật nhỏ bé, mũm mĩm màu xanh nhạt và trên chiếc áo phông của tôi chỉ in hình khuôn mặt của Kiccoro. Tôi thể là chiếc áo này lúc nào cũng quanh quẩn đâu đó trong nhà. Đó là thứ duy nhất tôi không thể tự mình bỏ đi, thậm chí nếu ai đó có chế nhạo tôi và nói: "Sao bạn có thể giữ chiếc áo này được chứ? Bạn không thấy ngượng ư? Nó chẳng nữ tính chút nào cả. Làm sao bạn có thể mặc nó cơ chứ? Bạn nên vứt nó đi thôi."

Tôi muốn giải thích rõ thêm. Nhìn chung quần áo mà tôi mặc ở nhà đều đẹp. Tôi luôn mặc những bộ quần áo nữ tính như chiếc áo coóc-xê ngoài bằng vải in hoa với những nếp viền xếp nếp màu hồng. Ngoại lệ duy nhất là chiếc áo phông in hình Kiccoro. Nó là thứ khá kì quặc, có màu xanh gây sốc, trên áo chỉ in cặp mắt và chiếc miệng há ra một nửa của Kiccoro, và mác áo rõ ràng cho thấy nó là cỡ áo dành cho trẻ em. Kể từ khi EXPO diễn ra vào năm 2005, tôi đã mặc nó cho đến nay là 8 năm thậm chí cho dù tôi không hề nhớ là mình có tình cảm gì đặc biệt với sự kiện đó. Chỉ cần đọc những gì tôi đang viết ở đây có lẽ cũng đủ để khiến tôi cảm thấy ngượng ngùng để có thể tiếp tục mặc một thứ như vậy, nhưng thực tế là bất kì khi nào nhìn thấy nó, tôi lại không thể vứt nó đi được. Trái tim bắt đầu đập nhanh hơn ngay khi tôi thấy cặp mắt tròn xoe đáng yêu của Kiccoro.

Những bộ đồ trong các ngăn kéo đựng quần áo của tôi được sắp xếp sao cho chỉ cần liếc qua là tôi có thể biết trong đó có gì. Chiếc áo phông này hiện ra lạc lõng giữa tất cả những bộ quần áo nữ tính, yêu kiều của tôi, thế nhưng lại càng khiến tôi cảm thấy thích thú. Bây giờ nó đã quá cũ, và bạn sẽ nghĩ là nó đã bị giãn hoặc bạc màu, nhưng không phải vì thế mà tôi có thể tìm ra bất cứ lí do nào để từ bỏ nó. Nhãn mác trên áo cho biết nó được sản xuất ở một nước nào đó chứ không phải là một sản phẩm của EXPO Nhật Bản, điều này có thể khiến nó không còn hấp dẫn với tôi, nhưng cho dù như vậy thì tôi vẫn không thể vứt nó đi.

Đối với những loại vật dụng như thế, bạn nên hết sức cân nhắc. Nếu bạn có thể nói không một chút hồ nghi rằng "Tôi thích nó!" cho dù bất kì ai có nói gì đi nữa, và bạn muốn mình phải có nó, vậy thì không cần quan tâm xem người khác nghĩ gì. Nói thực lòng, tôi không muốn bất kì ai trông thấy tôi mặc chiếc áo phông Kiccoro. Nhưng tôi giữ nó vì nó đem lại niềm vui nho nhỏ cho tôi, khiến tôi cười khúc khích mỗi khi mặc nó và thấy nó hoàn toàn là của riêng mình, là sự mãn nguyện khi Kiccoro và tôi cùng toát mồ hôi mỗi lúc chúng tôi dọn dẹp và cùng tự hỏi cần xử lí việc gì tiếp theo.

Tôi nghĩ rằng trong cuộc sống không có hạnh phúc nào bằng khi bao bọc xung quanh là những thứ mình yêu mến. Còn bạn thì sao? Tất cả những gì bạn cần là từ bỏ bất kì thứ gì không làm rung động trái tim mình. Không có cách nào đơn giản hơn để làm mãn nguyện bản thân. Liệu có từ ngữ nào khác có thể gọi điều này ngoài cụm từ "sự kì diệu của việc dọn dẹp"?

Cuộc sống thực sự chỉ bắt đầu sau khi nhà cửa trở nên ngăn nắp

Mặc dù tôi dành cả cuốn sách này để nói về việc dọn dẹp, nhưng không nhất thiết là phải dọn dẹp. Bạn sẽ không chết nếu nhà cửa không được dọn dẹp và có nhiều người trên thế giới này không thực sự quan tâm tới việc khiến nhà mình được gọn gàng, ngăn nắp. Tuy nhiên, những người như thế sẽ không bao giờ cầm cuốn sách này lên. Mặt khác, số phận đã dẫn dắt bạn đọc cuốn sách này thì điều đó có nghĩa là bạn chắc chắn có nỗi mong muốn mãnh liệt để thay đổi hoàn cảnh hiện thời, tổ chức lại cuộc sống, cải thiện lối sống, giành lấy hạnh phúc và tỏa sáng. Chính vì vậy, tôi có thể đảm bảo rằng bạn sẽ có thể khiến ngôi nhà của mình trở nên gọn gàng, ngăn nắp. Giây phút bạn cầm cuốn sách này lên với ý định dọn dẹp nhà cửa, thì lúc đó bạn đã thực hiện bước đầu tiên. Nếu bạn tiếp tục đọc, bạn sẽ biết mình cần làm điều gì tiếp theo.

Con người chỉ có thể thực sự yêu thích một số lượng đồ vật nhất định trong cùng một lúc. Khi vừa lười vừa hay quên thì tôi không thể quan tâm thực sự đến quá nhiều thứ được. Do đó tôi lại muốn dành tình cảm cho chính xác những thứ mà tôi yêu thích và đó cũng là lí do khiến tôi theo đuổi công việc dọn dẹp trong phần lớn đời mình. Tuy nhiên, tôi tin rằng tốt nhất là hãy dọn dẹp và hoàn thành công việc này thật nhanh chóng. Tại sao ư? Vì dọn dẹp không phải là mục đích của cuộc sống.

Nếu bạn nghĩ dọn dẹp là một thứ gì đó phải được làm hàng ngày, nếu bạn nghĩ nó là thứ gì đó mà bạn cần làm suốt đời, vậy thì đã đến lúc bạn cần tỉnh ngộ. Tôi hứa với bạn là việc dọn dẹp có thể hoàn thành triệt để và nhanh chóng chỉ trong một lần. Duy chỉ có những nhiệm vụ mà bạn cần tiếp tục làm trong phần đời còn lại đó là lựa chọn giữ lại thứ gì và bỏ đi thứ gì, và quan tâm chăm sóc những thứ mà bạn quyết định giữ lại. Bạn có thể khiến nhà cửa trở nên ngăn nắp ngay bây giờ, một lần và mãi mãi. Những người duy nhất cần dành cuộc đời mình, năm này qua năm khác, nghĩ về việc dọn dẹp là những người như tôi, tìm thấy niềm vui trong việc dọn dẹp và đam mê với việc sử dụng công việc dọn dẹp để khiến thế giới trở nên tốt đẹp hơn. Về phía bạn, hãy dành thời gian và sự ham thích cho những gì khiến bạn cảm thấy vui vẻ nhất; nhiệm vụ của đời bạn chỉ cần như vậy thôi. Tôi tin tưởng rằng việc dọn dẹp nhà cửa gọn gàng, ngăn nắp sẽ giúp bạn nhận ra nhiệm vụ này đang thay cho tiếng nói trong tim bạn. Cuộc sống đích thực sẽ bắt đầu sau khi bạn khiến nhà mình trở nên ngăn nắp, gọn gàng.

Thái Hà Books trân trọng cảm ơn mọi ý kiến đóng góp của độc giả.

Mọi thông tin xin gửi về:

- Góp ý về biên tập: publication@thaihabooks.com
- Góp ý về bản quyền: copyright@thaihabooks.com
- Tư vấn dịch vụ xuất bản: dichvuxuatban@thaihabooks.com
- Liên hệ Sách số: ebooks@thaihabooks.com

Công ty Cổ phần Sách Thái Hà
Trụ sở chính: 119 C5 Tô Hiệu -
Nghĩa Tân - Cầu Giấy - Hà Nội
Tel: (024) 3793 0480; Fax: (024) 6287 3238
Chi nhánh TPHCM: 88/28 Đào Duy Anh, Phường 9, Q. Phú Nhuận
Tel: (028) 22532641
Website: www.thaihabooks.com

Nhà sách Thái Hà
119 C5 Tô Hiệu - Nghĩa Tân - Cầu Giấy - Hà Nội
Tel: (024) 6281 3638
Website: www.nhasachthaiha.vn